महंतांचे प्रस्थान

नारायण धारप

साकेत
प्रकाशन

महंतांचे प्रस्थान
कथा
नारायण धारप

प्रकाशन क्रमांक - १८५७
पहिली आवृत्ती - सप्टेंबर, २००८
साकेत आवृत्ती - २०१८

प्रकाशक
साकेत बाबा भांड
साकेत प्रकाशन प्रा. लि.
११५, म. गांधीनगर, स्टेशन रोड
औरंगाबाद - ४३१ ००५
फोन - (०२४०)२३३२६९२/९५
www.saketpublication.com
info@saketpublication.com

पुणे कार्यालय
साकेत प्रकाशन प्रा. लि.
ऑफिस नं. ०२, 'ए' विंग
पहिला मजला, धनलक्ष्मी कॉम्प्लेक्स
३७३ शनिवार पेठ
कन्या शाळेसमोर, कागद गल्ली
पुणे - ४११ ०३०
फोन - (०२०) २४४३६६९२

Mahantanche Prasthan
Stories
Narayan Dharap

© सर्व हक्क सुरक्षित, २०१८

शिरीष नारायण धारप
५०३, भैरवी अपार्टमेंट,
आयसीएस कॉलनी, भोसलेनगर,
पुणे - ०७

अक्षरजुळणी ः धारा प्रिंटर्स प्रा.लि.
मुखपृष्ठ ः संतुक गोळेगावकर

मुद्रक ः
प्रिंटवेल इंटरनॅशनल प्रा. लि.
जी-१२, चिकलठाणा, औरंगाबाद

ISBN-978-93-5220-201-0

किंमत ः १७५ रुपये

प्रकाशकीय

नारायण धारप हे नाव युवा वाचकांना नवीन असले तरीही आपल्या भयचकित करणाऱ्या लेखनाने मराठी साहित्यविश्वाचा एक काळ त्यांनी गाजवला होता. मराठी साहित्यात रहस्यकथेचे आणि कादंबरीचे दालन समृद्ध करणारे जे काही मोजकेच स्वतंत्र लेखन करणारे लेखक आहेत, त्यात नारायण धारपांचे स्थान अव्वल आहे. गेल्या शतकातील साठच्या दशकात त्यांनी लेखनाला सुरुवात केली आणि त्यानंतर अखेरपर्यंत ते सातत्याने लिहीत राहिले.

कथानकात पुढे काय होणार याची उत्सुकता कायम ठेवत, वाचकाला आपल्या लेखनात गुंतवून ठेवणे, इतकेच नाही तर त्या वातावरणाचा एक भाग बनविण्याचे कसब ज्या काही लेखकांना साध्य झाले; त्यापैकी नारायण धारप एक आहेत. वाचकांना त्यांचा अविश्वास क्षणभर दूर ठेवायला लावण्याची किमया हे त्यांच्या कथांचे वैशिष्ट्य आहे. धारपांची भाषा चित्रमय आहे. वाचकांच्या डोळ्यासमोर घटना प्रत्यक्ष उभी करण्याचे सामर्थ्य त्यांच्या भाषेत आणि लेखनशैलीत आहे. त्यामुळेच दूरदर्शन आणि इतर प्रसारमाध्यमांची फारशी चलती नव्हती, त्या काळात सामान्य वाचक अतिशय आतुरतेने त्यांच्या लेखनाची वाट पाहत असत. वाचनालयात विशेषतः सर्क्युलेटिंग लायब्ररीजमधून त्यांची पुस्तके वाचायला मिळविण्यासाठी वाचक रांगा लावीत असत, ही गोष्ट त्यांच्या लेखनाची वाचकप्रियता स्पष्ट करण्यास पुरेशी आहे.

माणसाला नेहमीच कोणतेही रहस्य जाणून घेण्याची मुळातच उत्कंठा असते. स्वतःचे कल्पनाविश्व विस्तारण्याचे जे समाधान वाचनातून मिळते ते दुसऱ्या कोणत्याही माध्यमातून मिळत नसल्यामुळे वाचनाकडे आकर्षित झालेली नवी पिढी रहस्यमय कथा, कादंबऱ्यांच्या प्रतीक्षेत आहे. या वाचकांची बौद्धिक भूक भागविण्यासाठी नारायण धारप यांचे रहस्यमय साहित्य पुन्हा नव्याने प्रकाशित करण्याचा आम्ही निर्णय घेतला.

आजपर्यंत आम्ही नारायण धारप यांची जवळजवळ ५०हून अधिक पुस्तके प्रकाशित केली आहेत. नारायण धारप यांचे रहस्यमय साहित्य चांगल्या आणि दर्जेदार स्वरूपात प्रकाशित केल्यामुळे वाचकांना त्याचा मनासारखा आस्वाद घेता येईल असा आम्हाला विश्वास वाटतो. आधुनिक तंत्रज्ञानाच्या या युगात ही पुस्तके आम्ही 'ई-बुक्स'च्या माध्यमातूनही वाचकांसाठी उपलब्ध केली आहेत. नव्या स्वरूपातील या अस्सल मराठी रहस्य साहित्याचे वाचक नक्कीच स्वागत करतील अशी खात्री आहे.

- प्रकाशक

अ नु क्र म

जिवाशिवाची भेट

"आपली अपेक्षा एक असते आणि भलतंच घडतं-" महावीर आर्य बोलत होता, "घटना अशा काही विलक्षण मार्गावरून जातात -"

'महावीर आर्य' - त्याच्यासंबंधात प्रास्ताविकाचे चार शब्द लिहिल्याखेरीज पुढे जाणं अशक्यच आहे. महावीर आर्य हे काय रसायन होतं याची जराशी तरी कल्पना आल्याखेरीज (अर्थात कितीही शब्द खर्ची घातले तरी महावीर आर्यची खरी कल्पना येणारच नाही.) पुढचे संदर्भ नीट समजणार नाहीत. महावीर आर्य हा आमच्या क्लबचा एक सन्माननीय सभासद होता. सन्माननीय हा शब्द मी ऑनररी या अर्थाने वापरत नाही आहे. त्याचा अर्थ शब्दशः घ्यायचा आहे. आर्यबद्दल (काही अपवाद वगळता) आमच्यापैकी सर्वांच्याच मनात एक प्रकारचं आदरमिश्रित कुतूहल आहे. क्लबमध्ये (तसा आमचा क्लब चांगला आहे; पण फाइव्हस्टार, पॉश असा नाही) महावीर आर्य केव्हा हजर होईल सांगता येत नाही. मला नाही वाटत त्याला, निदान आमच्या क्लबमध्येही कोणी वैयक्तिक वा निकटचा मित्र-स्नेही असावा. स्वतःचा व्यवसाय वा छंद वा आयुष्य यासंबंधात तो कधीही अवाक्षरानेही काही बोलत नसे. तसे काही जरा जादा चौकस सभासद आहेतही; पण आर्य त्यांच्या प्रश्नांना सफाईदारपणे बगल देत असे.

आर्यची उंची उणीपुरी होती. क्वचितप्रसंगी हाफ मॅनिला घातला तर कोपरापर्यंतच्या उघड्या हातांवरून सहज कल्पना येई की, त्याचं शरीर चांगलं कमावलेलं आहे. त्याच्या पेहरावातही खूपच विविधता होती. कधी झब्बासुरवार, तर कधी सफारी, तर कधी डेनिमचं जॅकेट-जीन. तीन -साडेतीन टक्क्यांच्या

सौम्य बीयरव्यतिरिक्त तो इतर कोणत्याही मद्याला स्पर्श करीत नसे. क्लबमध्ये कोणाशीही त्याची जवळीक नसली तरी त्याच्या वागण्याबोलण्यात तुसडेपणाचा अंशही नसायचा. विविध व्यवसायांतल्या, विविध वर्गांतल्या खूप लोकांशी त्याचा संपर्क येत असला पाहिजे. म्हणूनच त्याला असा समतोलपणा साधत असावा.

आर्यची क्लबमध्ये येण्याची आम्ही वाट पाहत असायचो. कारण तो आला की त्याच्या तोंडून अगदी हमखास एखादी रोमांचक, थरारक, क्वचितप्रसंगी अगदी जीवघेण्या साहसाची कथा ऐकायला मिळायची. काही पाखंडी सभासदांचं मत होतं की आर्यच्या सर्व हकीकती बनवाबनवीच्या आहेत. (आणि ते आपलं मत अगदी आग्रहाने मांडत असत.) आर्यच्या हकीकतींबद्दल मी माझं मन अगदी उघडं ठेवलं होतं. शेवटी अंतर्मनाच्या आतल्या गाभ्यात प्रत्येकजण एक लहान मूल वागवीत असतो - ज्याची आश्चर्याची, नवलाची, नेत्रदीपक साहसांची भूक कधीही भागत नाही. मनात संशय आला तर मी त्याचा फायदा आर्यला देत असे.

"घटना अशा काही विलक्षण मार्गावरून जातात की आपली मती अगदी कुंठित होऊन जाते," आर्य सांगत होता, "माझा एक मित्र आहे. आपण त्याचं नाव जयराम आहे असं समजून चालूया. मध्यवर्ती सरकारच्या अत्यंत गुप्त अशा तपासयंत्रणेचा तो एक भाग होता. त्यांना औपचारिक हुद्दे नाहीत. त्यांचे पगार, इतर खर्च यांची तजवीज कशी केली जाते मला माहीत नाही. त्या शाखेच्या अस्तित्वाचीही फार थोड्यांना - अगदी अगदी वरच्या पातळीवरच्यांना कल्पना आहे. अर्थात, मी सांगतो आहे त्यात नवीन काहीच नाही. प्रत्येक राष्ट्रालाच अशा यंत्रणा उभ्या कराव्या लागतात. त्यांचे हात कायद्याने बांधलेले नसतात आणि त्यांना कायद्याचं संरक्षणही नसतं. दे आर ऑन देअर ओन.

"जयराम माझ्यापेक्षा वयाने चारपाच वर्षांनी मोठा होता; पण आमच्या दोघांत एकप्रकारचा रॅपोर्ट स्थापन झाला होता. शहराच्या उपनगरी भागात त्याचा सातआठ खोल्यांचा एक दुमजली बंगला होता आणि लहानशी गाडी होती. दोन्हीही त्याचा हुद्दा आणि अधिकार यांना अजिबात न शोभणारं असंच होतं. ग्यानसिंह नावाचा एक पंजाबी नोकर घराची सर्व व्यवस्था पाहत असे. सकाळी एक बाई यायची, दोन्ही वेळचा स्वयंपाक करून ठेवायची. तिच्याखेरीज त्या घरात परका असा कोणी सहसा येतच नसे. ग्यानसिंह हा जेवढ्यास तेवढं

बोलणारा. आपलं काम चोख करणारा माणूस होता. सुरुवाती सुरुवातीस त्याची माझ्यावर बारीक नजर असायची; पण जयरामने मला पूर्ण विश्वासात घेतलं आहे याची खात्री होताच त्याने माझ्यावरचं लक्ष काढून घेतलं होतं.

"जयराम आणि मी - आमच्या वाटांनी एकमेकांना अगदी अनपेक्षितपणे छेद दिला होता. नंतर माझ्या ध्यानात आलं की, जयरामने माझ्याशी सलोखा मुद्दाम वाढवला होता आणि एकदा त्याने मला त्याच्या घरी येण्याचं निमंत्रण दिलं. रात्रीचं जेवण झाल्यानंतर त्याने त्याच्या मनातला खरा विचार मला बोलून दाखवला. आधी त्याने माझ्या व्यवसायाची, आवडीनिवडीची, छंदाची, नातेवाइकांची खूप चौकशी केली होती. शेवटी तो हसत म्हणाला होता, 'महावीर, तू बोललास खूप; पण प्रत्यक्षात सांगितलं काहीच नाहीस. खरं सांगू का, अगदी मला हवा तसा तू एक असामी आहेस. आता मी तुला एक काल्पनिक गोष्ट सांगतो. समज, अशी एक यंत्रणा आहे की जी कायद्यालाच मदत करते; पण जी अनामिक आहे, अज्ञात आहे, स्वतः कायद्याच्या चौकटीबाहेर आहे, ज्या यंत्रणेच्या नोंदी, इतिहास असं काहीही उपलब्ध नाही, वरून संभावित वाटणारे. आर्थिक, सामाजिक, राजकीय, शासकीय क्षेत्रात वरच्या स्तरांशी संबंध वा संपर्क असलेले; पण आतून प्रत्यक्षात देशद्रोही, समाजद्रोही, गुन्हेगार असे काही काही असतात, अशांचा माग लावून त्यांना एक्सपोझ करण्याचं काम ही यंत्रणा करते. मी यापेक्षा जास्त तपशील सांगू शकत नाही. गेले काही दिवस मी तुला जवळून पाहत आहे आणि माझी खात्री झाली आहे की, आमच्या यंत्रणेत तू अगदी चपखल बसशील. त्यासाठी मी आज तुझी मुद्दाम भेट घेतली आहे. असं काम करणं तुला आवडेल का? विचार करून मगच उत्तर दे. तू सुज्ञ आहेस, फायदे काय आहेत, तोटे काय आहेत, रिवॉर्ड्स काय आहेत, मर्यादा काय आहेत, तुला सांगण्याची आवश्यकता नाही. पाहा विचार कर."

"अर्थात मी जयरामला नकार दिला. त्याचे हेतू स्तुत्य होते, आवश्यकही होते; पण त्यासाठी जी एक समर्पित वृत्ती लागते ती माझ्यापाशी नव्हती. कोणत्याही बंधनाचा मला तिटकारा आहे. माझं सडाफटिंग, स्वैर, विनापाश आयुष्य मला प्रिय होतं. जयरामला मानवी स्वभावाची पुरेपूर जाण होती. माझा नकार त्याला बहुधा अपेक्षितच असावा. 'तू आमच्याबरोबर आज असतास तर मला खरंच आनंद झाला असता,' तो म्हणाला, 'तरीही तुझा निर्णय मला मान्य

आहे.' मी हसत म्हणालो. 'जयराम, आपल्या मैत्रीत या नकाराने खंड पडण्याचं काहीच कारण नाही, नाही का? तुला आणखी एक सांगतो, तुमच्याबद्दल मनात आकर्षण आहे हे मी नाकबूल करीत नाही. एवीतेवी तू मला विश्वासात घेऊन सर्वकाही सांगितलं आहेसच, तर मग आणखी एक - कधी कधी एखाद्या लहानमोठ्या ऑपरेशनमध्ये माझी काही मदत होण्यासारखी असली तर अवश्य सांग.'

" 'महावीर', जयराम म्हणाला, 'माणसांची मला चांगली पारख आहे. तू म्हणजे एक छुपं माणिक आहेस बघ! खरोखर आमच्या ऑर्गनायझेशनमध्ये तू अगदी फिट्ट बसला असतास! ते असू दे - पण तुझे शब्द मी लक्षात ठेवीन आणि खरोखर तुझी मदत लागली तर ती मागायला मागेपुढे पाहणार नाही. तेव्हा मात्र हिचकिच करू नकोस, म्हणजे झालं!' शेवटी शेवटी जयराम हसत होता.

"पण त्याच्या शब्दांची प्रचीती अपेक्षेपेक्षाही लवकर येणार होती. एका संध्याकाळी मला त्याचा फोन आला. 'मोकळा आहेस का?' तो विचारत होता. त्या वेळी माझ्यामागे खरोखरच काही काम नव्हतं. मी हो म्हणताच तो म्हणाला, 'मग इकडे ये आणि काही दिवस राहण्याच्या तयारीनेच ये. आल्यावर सर्व काही समजेलच.' "

२

"संध्याकाळचं जेवण झाल्यावर आम्ही दोघं टेरेसवर गप्पा मारीत बसलो होतो. त्याच्या हातात व्हिस्की -सोडा -बर्फाचा ग्लास होता. माझ्या हातात माइल्ड बीयरचा ग्लास होता. 'महावीर', जयराम म्हणाला, 'मी तुला जराशी विलक्षण हकीकत सांगणार आहे. भद्रसेन नावाच्या माणसाची ती हकीकत आहे. सध्या तरी तो भद्रसेन या नावाने वावरत आहे. अर्थात ते त्याचं खरं नाव नाही. त्याचं खरं नाव, जन्मस्थान, वंश, धर्म, राष्ट्रीयता - यातलं काहीच माहिती नाही. अनेक देशांत त्याच्यावर अनेक आरोपांखाली खटले भरले गेले होते - खून, फसवणूक, हिरे, सोने, अमली पदार्थ यांची तस्करी, ती यादी न संपणारी

आहे; पण प्रत्येक वेळी त्याची सर्व आरोपांतून निर्दोष सुटका झालेली आहे. शस्त्रांवरचे, लाकूड-काच-कागद यांच्यावरचे त्याच्या बोटांचे ठसे प्रत्यक्षात त्याच्या ठशांशी जुळत नाहीत. चष्मेगवाह साक्षीदार प्रत्यक्षात त्याला ओळखू शकत नाहीत. इंटरपोलसारख्या संस्थेच्याही हातावर त्याने तुरी दिल्या आहेत. एका विलक्षण अपघाती योगायोगाने तो पोलिसांच्या हाती लागला आहे.

"तसा शहराचा तो भाग जरा नटोरीयसच आहे. रात्री दहानंतरच त्या भागात खरी जाग येते. पोलीसचौक्या आहेत, रात्रीची गस्त असते; पण जेव्हा दोन्ही पक्षांच्या संगनमतानेच एखादी बेकायदेशीर गोष्ट घडते तेव्हा पोलिसांचा हस्तक्षेप कसा होणार? रात्री त्या भागात हे टाऊट, दलाल, पिंप - म्हणजे भडवे, मटकेवाले, जुगारी - सर्वांची सर्रास वर्दळ असते. सज्जन, पापभीरू माणसं त्या वाटेला फिरकतही नाहीत. कदाचित सामाजिक स्वास्थ्यासाठी - दूषित पेशींचं लायसिस होण्यासाठी अशा ठिकाणांची वा स्थानांची वा केंद्रांची आवश्यकताही असेल; पण समाजशास्त्र हा काही माझा विषय नाही.

"रस्त्यावरून तो भिकारी, मेलो! मेलो! ओरडत पळत होता. गस्तीवर नेमका त्या वेळी हवालदार नसता तर कॉन्स्टेबलने भिकाऱ्याला दोन थपडा मारून वाटेला लावला असता; पण हवालदाराने भिकाऱ्याला थांबवून घेतलं आणि काय प्रकरण आहे याची चौकशी केली. भिकाऱ्याने सांगितलेली हकीकत इतकी विलक्षण होती की, तिकडे दुर्लक्ष करणं अशक्यच होतं.

"भिकारी म्हणत होता तो आणि त्याच्याबरोबर नेहमी असणारे आणखी दोघे रात्रीचा आसरा शोधण्यासाठी त्या बोळातून चालले होते. तेवढ्यात भिंतीतला एक लहानसा दरवाजा उघडला. दरवाजात साधारण मध्यमवयीन माणूस उभा होता. प्रकाश कमी होता, दिवा त्या माणसाच्या मागे होता, म्हणून भिकाऱ्याला त्याचा चेहरा नीट दिसला नाही. तो माणूस त्याला हाताने आत बोलावत होता. जेवणावळीच्या किंवा पार्टीच्या शिल्लक राहिलेल्या अन्नासाठी त्यांना बोलावलं असावं. कारण असं होण्याची ही काही पहिली खेप नव्हती. ते तिघं दारातून आत गेले. आत एक लहान फरसबंद चौकोन होता. एका बाजूला दगडी पायरी होती, त्या पायरीवर ते तिघे बसले. त्या माणसाने आतून तीन थाळ्या आणल्या. मसालेभात, कसलेतरी वडे आणि गोड काहीतरी असं होतं. अन्न ताजं होतं.

स्वादिष्ट होतं. तो म्हणत होता, खाताखाताच त्याला गुंगी आल्यासारखं झालं... त्यातनं त्याला जराशी शुद्ध आली तेव्हा त्याला दिसलं की ते तिघे एका लहानशा खोलीत आहेत. त्याच्याबरोबरचे दोघे अगदी पार शुद्ध हरपल्यासारखे निश्चेष्ट पडले होते. त्याला ही लक्षणं काही बरी दिसत नव्हती.

"तेवढ्यात कोणाच्या तरी पावलांचा आवाज आला. पावलं जिना उतरत होती. प्रसंगावधान राखून त्याने काहीही हालचाल केली नाही. तोच तो, त्यांना खायला देणारा माणूस खोलीत आला होता. अजूनही त्याला तो माणूस नीट दिसलाच नाही. तो एकेकापाशी जाऊन बोटांनी डोळ्यांच्या पापण्या वर करून स्वतःची खात्री करून घेत होता. एव्हाना भिकाऱ्याला समजलं होतं, इथून सटकायला पाहिजे. तो माणूस त्याच्यावर वाकला, डोळे पाहण्यासाठी त्याचे हात पुढे झाले. ती संधी साधून भिकाऱ्याने त्याला खूप जोरात मागे ढकलले. तो अगदी पार बेसावध होता. काहीतरी ओरडत, कोलमडत तो मागे पडला. तेवढा वेळ भिकाऱ्याला पुरेसा होता. ज्या जिन्यावरून तो माणूस खाली आला होता त्याच जिन्यावरून भिकारी धावत धावत वर गेला. दारातून बाहेर आला तो त्याच सुरुवातीच्या फरसबंद चौकोनात. समोरच वाड्याचं लहान दार होतं. ते उघडून तो बाहेर पडतो न पडतो तोच कोणाच्यातरी पाठलागाचा आवाज त्याच्या कानावर आला. त्यांच्या हाती सापडलो तर मरणार हे त्याला पुरं ठाऊक होतं. म्हणून मेलो! मेलो! अशी बोंबाबोंब करत तो पळत सुटला.

"हे भिकारी आपापसात अशी थापाथापी करतील; पण पोलिसांशी नक्कीच नाही, ही हवालदाराची खात्री होती आणि असली हकीकत मनानेच रचून सांगण्याची भिकाऱ्याची बौद्धिक कुवत नक्कीच दिसत नव्हती. खरा प्रकार तरी काय आहे हे एकदा नजरेखालून तरी घालावं, असं ठरवून हवालदाराने चौकीवरचा आणखी एक कॉन्स्टेबल बरोबर घेतला आणि त्या भिकाऱ्याला चलण्याची खूण केली. भिकारी त्यांना त्या बोळातून त्या लहान दारापाशी घेऊन आला. दार दिसायला साधं आणि जुनाट होतं; पण हवालदाराने दारावर दांडुका मारताच त्याला समजलं, दार साधं नाही खूप जड आहे किंवा आतून पोलादी पत्राही जोडलेला असावा. इथून प्रवेश अशक्य होता.

हवालदाराने दोघा कॉन्स्टेबलना त्या दाराबाहेर उभं केलं आणि दार उघडून जर कोणी बाहेर आलं तर त्याला जागेवरच पकडून ठेवण्याची ऑर्डर दिली

आणि मग एक कॉन्स्टेबल आणि तो भिकारी यांना घेऊन हवालदार गल्लीतून बाहेर पडत, वळसा घालून, त्या वाड्याच्या मुख्य दारापाशी आला. दारावर कडीचा जोरजोरचा आवाज केल्यावर काही वेळाने एका वयस्क माणसाने दार उघडलं. हवालदाराने भिकाऱ्याकडे एक नजर टाकली. त्याने मानेनेच 'नाही'ची खूण केली. 'चल रे! आम्हाला घराची झडती घ्यायची आहे,' हवालदार दरडावणीच्या आवाजात म्हणाला आणि त्या माणसाच्या प्रतिसादाची वाट न पाहताच त्याला एका हातानं दूर ढकलून तो आत शिरला. वाडा जुन्या बांधणीचा होता. बाहेर मोठं फरसबंद अंगण, एका बाजूला विहीर, स्नानाच्या जागा, समोर दोन पायऱ्यांच्यावर मोठी ओसरी, दर्शनी भागाला चौकोनी लाकडी खांबांचे धीरे, आतल्या खोल्यांत उघडणाऱ्या दाराची रांग. त्या भिकाऱ्याने वर्णन केलेलं लहान अंगण वाड्याच्या मागच्या बाजूस असणार. तिकडे जायची वाट समोरच्याच एका कोणत्यातरी दारातून असणार. हवालदार सरळ समोरच्या दारातून आत शिरला. आत एकामागून एक दोन खोल्या होत्या आणि मागच्या खोलीचं दार पडवीत उघडत होतं. समोरच ते लहानसं अंगण होतं. त्या भिकाऱ्याने वर्णन केलेला दरवाजा तिथेच डाव्या बाजूस होता आणि आता उघडा होता. हवालदार आणि त्याच्या मागोमाग कॉन्स्टेबल दारातून आत गेले. आत खाली जाणारा जिना होता. खाली फरसबंद तळघर होतं आणि तळघरात दोन माणसं निश्चेष्ट पडली होती. जवळ जाऊन खात्री करून घेण्याआधीच हवालदाराला कल्पना आली होती की दोघंही मरण पावलेले आहेत. तो त्यांच्या शरीरावर वाकला असताना वरचं दार बंद झालं. कोणीतरी वाड्याचं मागचं दार घाईघाईने उघडलं. त्यामागोमाग बराच आरडाओरडा झाला. आवाज जवळ आले, बाहेरच्या अंगणात आले. हवालदार हातातल्या दांडुक्याने तळघराच्या दारावर जोरजोराने आवाज करत होता. शेवटी एका कॉन्स्टेबलच्या कानावर तो आवाज गेला. त्याने पुढे होऊन दार उघडलं. हवालदार, कॉन्स्टेबल आणि भिकारी वर अंगणात आले. दुसऱ्या कॉन्स्टेबलने एका मध्यमवयीन माणसाला धरून ठेवलं होतं. त्याच्याकडे एकदा पाहताच भिकारी ओरडला, 'साहेब! हाच तो आम्हाला खायला घालणारा!'

"जयरामला ही एवढी तपशीलवार माहिती कशी मिळाली याचं मला नवल वाटलं; पण अर्थात त्याचेही वर कोठेतरी कॉण्टॅक्ट असणारच! "

त्या दोन मृतदेहांची पोस्टमार्टेम झाली. जठरात आणि रक्तात काही विषारी आणि अमली रसायनं सापडली. त्या वाड्याची वरपासून खालपर्यंत झडती घेतली. एका खोलीत छोटीशी प्रयोगशाळाच होती. अनेक अमली आणि जालीम विषारी रसायनांचा साठा सापडला. आणखीही अनेक संशयास्पद गोष्टी आढळल्या आहेत. प्रकरण दिसतं तितकं साधं नाही याची पोलिसांना एव्हाना कल्पना आलीच आहे. न्यायालयात केस दाखल करून त्याला आणखी काही दिवस पोलीसकस्टडीत ठेवण्याची परवानगी त्यांनी मिळवली आहे. ज्याला पोलिसांनी पकडलं आहे त्याचं नाव आहे भद्रसेन. हा पाहा त्याचा फोटो."

जयरामने माझ्यासमोर चार बाय सहाचा एक फोटो धरला.

एव्हाना या भद्रसेनबद्दल माझ्या मनात कुतूहल निर्माण झालं होतं. मी तो फोटो हातात घेतला. आधी माझा जरासा अपेक्षाभंगच झाला. जयरामने आतापर्यंत भद्रसेनबद्दल जे काही सांगितलं होतं त्यावरून माझी तर कल्पना झाली होती की हा कावेबाज, कलंदर माणूस मोठ्या रुबाबदार व्यक्तिमत्त्वाचा असला पाहिजे; पण फोटोत तर एक अगदी फाटक्या शरीराचा, कोणत्यातरी व्याधीने जर्जर झालेला, खंगलेला माणूस दिसत होता.

"हा तो कुविख्यात भद्रसेन?" मी नवलाने विचारलं.

"त्याच्या बाह्यरूपावर जाऊ नकोस, महावीर," जयराम म्हणाला, "वेश बावळा, परी अंतरी नाना कळा असं याचं आहे. तरी फोटोत बराच चांगला दिसतोय अशी त्याची आता अवस्था झाली आहे."

"म्हणजे?"

"म्हणजे काय? तो पोलीसकस्टडीत आहे ना, त्याच्याकडून कबुलीजबाब घ्यायला नको का?"

"म्हणजे थर्ड डिग्री?"

"मग काय ते त्याची पूजाअर्चा करणार आहेत? त्याच्यावरून काय पंचारती ओवाळणार आहेत? त्यांच्या मार्गाने ते तपास करणार."

"पण जयराम, यात त्याचा काय संबंध येतो?"

"महावीर, मला एका रिलाएबल सोर्सकडून समजलं आहे की, आज -उद्या एवढ्यात केव्हातरी भद्रसेनला कस्टडीतून सोडवण्याचा प्रयत्न होणार आहे. त्याचे हात कोठेकोठे पोहोचले आहेत सांगता येत नाही."

"मग योग्य त्या अधिकाऱ्यांना तू या कटाची कल्पना देऊ शकतोस की!"

"त्याचा काही उपयोग व्हायचा नाही. ते सतत आपल्या घमेंडीत असतात. आखून दिलेल्या नियमाप्रमाणे त्यांचं काम चालतं. खालून वर आणि वरून खाली, अशी त्यांची चेन ऑफ कमांड असते. सगळंच वेळखाऊ आहे."

"तरीही - "

"तरीही नाही. माझा विचार वेगळाच आहे. त्यासाठीच मुद्दाम इथे बोलावून घेतलं आहे. आमच्या एका छोट्याशा ऑपरेशनमध्ये तुला सहभागी करून घेणार आहे. आय नो यू लव्ह ॲडव्हेंचर ॲण्ड रिस्क - कदाचित तुझं मत बदलेल आणि तू आमच्यात सामीलही होशील."

"जयराम - "

"ऐक. उद्या पहाटे आपण या पोलीस स्टेशनला भेट देणार आहोत. तू, मी, आणखी तिघे-एस आय टी-स्पेशल इन्व्हेस्टिगेशन टीम म्हणून - गणवेश, आयकार्ड, वरच्यांचा रीतसर परवाना - सगळं काही तयार आहे. उद्या पहाटे सहाच्या सुमारास जायचं आहे. आता फक्त एकाच प्रश्नाचं उत्तर दे-येणार आहेस का?"

मला हो म्हणण्याखेरीज जयरामने दुसरा पर्यायच ठेवला नव्हता. त्याने माझ्या मानसिकतेलाच उघडउघड आव्हान दिलं होतं. त्याला काही सिद्ध करून दाखवण्याची गरजच नव्हती. माझ्याच मनाची खात्री पटवण्यासाठी त्याच्याबरोबर जाणं भागच होतं.

३

जयराम म्हणाला होता ते अगदी खरं होतं. एखाद्या लष्करी मोहिमेसारखी त्याने जय्यत तयारी केली होती. ऑलिव्हग्रीन रंगाचे गणवेश, लाल गोंड्याचा बेरेट, सर्वांचे फोटो असलेलं आयकार्ड, करड्या रंगाची, उभ्या-पांढऱ्या बाणाजवळ लांबचलांब नंबर असलेली जीप, कागदपत्रे, सर्व काही. जयरामचा वागण्याचा रुबाब पाहता मला तर शंका आली की, पूर्वी केव्हातरी तो खरोखरीच मिलिटरीत असला पाहिजे. बिचारा स्टेशन हाऊस ऑफीसर. तो अगदी गडबडून गेला होता.

"पण साहेब -" तो जरा चाचरत म्हणाला.

आता कसला पण? कस्टडीतील कैद्याला आमच्या हवाली करण्याची सहीशिक्क्याची ऑर्डर तुमच्या हातात दिली ना? संशयित कैदी आमच्या ताब्यात आला अशी पावती द्यायला आम्ही तयार आहोत ना? ही सर्व मूळ कागदपत्रं मी तुमच्या स्वाधीन करतो आहे ना? सर्व कायदेशीर मार्गाने होत असेल तर तुमची हरकत कशाला आहे? वाटलं तर ए.सी.पी.ना फोन करा."

अशा पहाटेच्या वेळी फोन करून साहेबांची झोपमोड करायची? छे!

शेवटी निरुपाय होऊन त्याने कॉन्स्टेबलला बोलावून घेऊन आतलं सेल उघडायला सांगितलं. काठीच्या आधारानेच भद्रसेन बाहेर आला. उघड दिसत होतं की त्याच्याकडून माहिती मिळवण्यासाठी पोलिसांनी त्याला बरीच मारहाण केली होती. मारहाणीच्या खुणा त्याच्या तोंडावर, हातावर दिसत होत्या. जयरामने दोघांना भद्रसेनला बाहेर घेऊन जाण्याची खूण केली. शेवटच्या कागदावर सफाईदार अक्षरात सही केली.

बरोबर सोळा मिनिटांनी आम्ही पोलीस स्टेशनच्या बाहेर पडलो.

जीप निघाली; पण ती जयरामच्या घराच्या दिशेने नाही, तर एका वेगळ्याच रस्त्याने शहराबाहेर पडली. या बाजूला काही काही फार्महाऊसेस होती, काही काही रिसॉर्ट उभे राहिले होते. शहरापासून पाचसहा मैलांवर जीपने एक वळण घेतलं आणि अगदी लहान रस्त्यावरून प्रवास करीत जीप शेवटी एक जुन्या दगडी इमारतीपाशी येऊन थांबली. मी, जयराम आणि भद्रसेन खाली उतरताच जीप निघून गेली.

जयरामने भद्रसेनला चलण्याची खूण केली. भद्रसेन, त्याच्यामागोमाग मी, आणि शेवटी जयराम असे तिघे इमारतीत आलो. आमच्यामागे जयरामने दार बंद करून घेतलं, साखळी आणि बोल्ट सरकवला. उघड्या खिडक्यांतून प्रकाश आत येत होता. उघड दिसत होतं की, ही काही कोणाच्या नेहमीच्या वापरातली जागा नाही. तात्पुरत्या वास्तव्यासाठी तिचा उपयोग होणार आहे; पण आत सर्वत्र साफसफाई केलेली होती. धूळ, कोळिष्टकं, कचरा, कागदाचे कपटे वगैरे काही नव्हतं. साधं, पण आवश्यक तेवढं फर्निचर होतं. मी जेव्हा घराचं नीट निरीक्षण केलं तेव्हा ध्यानात आलं की जयरामने या घराची मुद्दाम निवड केली आहे. दोन दोन फूट जाडीच्या दगडी भिंती, खिडक्यांचे जाडजाड गज दगडात

चिणून बसवलेले, जाडजाड दारं, आवश्यकता पडली तर या घराचा अगदी तुरुंगासारखा वापर होण्यासारखा होता. म्हणून जयरामने ते निवडलं होतं.

घरात एकूण चार खोल्या होत्या. दोन खोल्यांमध्ये दोन दोन खाटा होत्या. एकीत खुर्च्या, टेबल होतं आणि एकीत जेवणाचं टेबल, बेसिन असं होतं. आम्ही तिघे बाहेरच्या खोलीत खुर्च्यांवर बसलो आणि आता प्रथमच मी या भद्रसेनकडे नीट असं पाहिलं. त्याचीही नजर माझ्यावरच खिळली होती. खरोखरच अगदी सामान्य दिसणारा, फाटक्या शरीराचा, आता मारहाणीने अगदी मेटाकुटीस आलेला माणूस; पण अनुभवी जयरामचे शब्द विसरून चालणार नव्हतं. या गबाळ्या दिसणाऱ्या, निरुपद्रवी वाटणाऱ्या, वय -व्याधी - हाल यांनी जर्जर झालेल्या या बाह्यरूपाच्या आत कोठेतरी एक दुर्दम्य इच्छाशक्तीची एक ठिणगी होती. तो माझ्याकडे टक लावून पाहत होता. मी आणि जयराम यांच्या तुलनेत त्याने कदाचित मलाच जरा खालच्या पातळीवरचा, त्यातल्या त्यात हाताळण्यास सोपा असं समजलं असेल. क्षणभरच मनात राग उफाळून आला; पण क्षणभरच. होऊ दे की त्याचा गैरसमज! ते माझ्या फायद्याचंच असणार नाही का? तो जर मनाशी एखादा साहसी सुटकेचा कट रचत असेल आणि त्या कटात माझा उपयोग करून घेण्याचा विचार करीत असेल, तर मग माझ्या संबंधात तो जर जरासा बेसावध राहिला तर ते माझ्या फायद्याचंच असणार नाही का? शेवटी कट प्रतिकटांना मीही काही नवा नव्हतो. अगदी एखादा लहानसा घटकसुद्धा ऐन मोक्याच्या वेळी अतिशय महत्त्वाचा ठरू शकतो.

"माणूस एवढ्यातच चहा-नाश्ता घेऊन येईल," जयराम म्हणाला आणि खरोखरच तेवढ्यातच दारावर थाप आली. मी दार उघडलं. ग्यानसिंग आला होता. त्याने दाराबाहेरूनच माझ्या हातात पिशवी दिली आणि तो बाहेरच्या बाहेरच गेला. पिशवीत थरमॉस होता, प्लॅस्टिकचे कप होते, खारीगोडी बिस्किटं होती, खाद्यपदार्थ होते मी स्वयंपाकघरातल्या डायनिंग टेबलावर सर्व मांडामांड केली. आमचा नाश्ता झाला. जयरामने भद्रसेनाला आपल्या बरोबर चलण्याची खूण केली. तो त्याला एका खोलीत घेऊन गेला. भद्रसेन आत जाताच जयराम दारातूनच म्हणाला, "तू काही वेळ विश्रांती घे, भद्रसेन. सुटकेचा विचारसुद्धा मनात आणू नकोस."

"पण तुम्ही कोण? मला इथे कशासाठी आणलं आहे?" तो प्रथमच बोलला.

"सगळं काही योग्य वेळी समजेल," दार बंद करून, दाराला बाहेरून कडी घालता घालता जयराम म्हणाला. आम्ही दोघं बाहेरच्या खोलीत आलो.

"जयराम, त्या एस.एच.ओ.ने भद्रसेनला तुझ्या ताब्यात द्यायला नकार दिला असता तर?" मी शेवटी विचारलं. उत्तरादाखल जयरामने जॅकेटच्या आतल्या खिशातून एक काळं ऑटोमॅटिक रिव्हॉल्व्हर काढून मला दाखवलं.

"या भद्रसेनाला ताब्यात घ्यायलाच हवा होता," जयराम शेवटी म्हणाला.

"मान्य आहे, तो गुन्हेगार आहे," मी म्हणालो, "त्या तीन भिकाऱ्यांना विष पाजून त्याने ठार मारण्याचा प्रयत्न केला; पण जयराम, अशी मानसिक विकृती असलेले अनेक प्रत्येक समाजात असतातच की! काही भिकाऱ्यांना मारत असतात, काही वेश्यांचा खून करतात, काही भटक्या मोकाट कुत्र्यांना विष देऊन ठार मारतात. एक प्रकारच्या आंधळ्या भावनेने असे लोक पछाडलेले असतात. त्यांना जेरबंद करायला हवं. योग्य ती शिक्षा व्हायला हवी - मान्य; पण ते शासनयंत्रणेचं काम नाही का? तू ही जबाबदारी स्वतःच्या शिरावर का घेत आहेस?"

"महावीर, हा भद्रसेन अशा माथेफिरू लोकांपैकी नाही आणि शासनाला जर त्याचा बंदोबस्त करता आला असता तर तो इतकी वर्षं मोकळा राहिलाच नसता! तुला एवढं तरी मान्य आहे की काहीतरी भक्कम पुरावा असल्याखेरीज, काही स्वतःची पुरी खात्री झालेली असल्याखेरीज मी हे असं जरा धाडसाचं पाऊल उचललं नसतं?"

"ठीक आहे. मी एवढ्यात काहीही मत बनवत नाही," मी म्हणालो, "आता पुढे काय करायचा तुझा विचार आहे?"

"या भद्रसेनवर नजर ठेवण्याची जबाबदारी मी तुझ्यावर सोपवणार आहे, महावीर. पुढच्या तजविजीसाठी एखाददुसरा दिवस मला बाहेर जावं लागणार आहे. हा भद्रसेन साधा माणूस नाही एवढं लक्षात ठेव. बंगल्यात तू आणि तो, दोघंच फक्त असणार आहात. ग्यानसिंग नाश्ता आणि दोन वेळचं जेवण आणून देईल. त्यालाही आत प्रवेश द्यायचा नाही. माझ्या संघटनेतले लोक आहेत; पण या भद्रसेनवर लक्ष ठेवण्यासाठी मला तुझ्यासारखा योग्य माणूस दुसरा तरी कोणी दिसत नाही."

मला नाही वाटत जयराम माझी खोटी स्तुती करीत होता; पण या भद्रसेनला तो वाजवीपेक्षा जास्त महत्त्व देत आहे अशी माझी वैयक्तिक धारणा होती. पण तो माझ्यावर जो विश्वास दाखवत होता त्याचं मोल मला माहीत होतं. कारण जयराम काही साधासुधा असामी नव्हता. त्याच्या मताला खासच किंमत होती.

"जयराम, मदतीची ऑफर मी आपण होऊनच तुला दिली होती. तेव्हा आता मी कशाला नकार देण्याचा प्रश्नच उद्भवत नाही. आता एक कर - तुझ्या मते माझी जी काही ड्यूटी असेल ती स्पष्ट शब्दांत, नि:संदिग्धपणे सांग."

"राइट. तो आता ज्या खोलीत विश्रांती घेत आहे त्या खोलीतच त्याला कायम ठेवायचा आहे. खोलीच्या दाराला बाहेरून सतत कडी लावलेली असली पाहिजे. खोलीबाहेरच्या त्याच्या सर्व हालचाली तुझ्या नजरेखालीच व्हायला हव्यात. त्याला कोणतीही दयामाया दाखवण्याची आवश्यकता नाही. त्याला कोणतीही सवलत देण्याची गरज नाही. एखादं पिसाळलेलं कुत्रं पिंजऱ्यात असेल तर त्याच्याशी तू जितक्या सावधपणाने वागशील तेवढ्या किंवा त्यापेक्षाही जास्त सावधगिरीने या भद्रसेनशी वाग. मी शक्य तितक्या लवकर परत येण्याचा प्रयत्न करीतच आहे; पण जरासा उशीर होण्याचीही शक्यता आहे. आणखी काही प्रश्न?"

"नाही. तू तुझ्या कामावर बिनधास्त जा. इथली, काहीही काळजी करू नकोस."

"चल, एकदा आपल्या पाहुण्यांवर नजर तरी टाकूया."

आम्ही त्या आतल्या खोलीच्या दारापाशी आलो. दाराची कडी काढल्याचा आवाज ऐकून असेल; पण भद्रसेन जागा झाला. खाटेवर पडला होता आणि तिथूनच आता आम्हा दोघांकडे पाहत होता. चहाने, अन्नाच्या दोन घासांनी, तासाभराच्या विश्रांतीने त्याच्यात मघापेक्षा जास्त तरतरी आलेली दिसत होती. खोलीत एक खुर्ची होती ती मी घेतली. जयराम भद्रसेनाशेजारीच खाटेवर बसला. आम्हा दोघांकडे आलटून पालटून पाहत तो म्हणाला, "मला इथे कशासाठी आणलं आहे? तुम्ही आहात तरी कोण?"

"आम्ही कोण हे कदाचित तुला माहीत नसेल; पण तू कोण आहेस हे मात्र आम्हाला अगदी पुरं माहीत आहे आणि पोलीस तुला जास्त वेळ अडकवून ठेवू

शकले नसते हेही आम्हाला माहीत आहे. त्यासाठीच तुला इथे आणलं आहे. पोलीसस्टेशनवर तुझे लोक केव्हा जाणार होते? का एव्हाना गेलेही असतील?"

माझी भद्रसेनच्या चेहऱ्यावर नजर होती. जयरामचा प्रश्न त्याला अगदी संपूर्ण अनपेक्षित होता. जरी त्याने स्वतःला अगदी झटपट सावरलं तरीही चेहऱ्यावर असलेला आश्चर्याचा भाव आणि क्षणमात्र विस्फारलेले डोळे - हे तो लपवू शकला नाही.

"माझी कसली माणसं येणार? मी एक साधा माणूस; पण तुम्ही म्हणता ते खरं आहे, कस्टडीतून त्यांना मला मोकळं करावंच लागलं असतं. माझ्याविरुद्ध त्यांच्याकडे कोणताही सबळ पुरावा नाही. केवळ त्या एका भिकाऱ्याचा शब्द! अहो, हे अन्नाला मोताद झालेले भणंग भिकारी! पाचपंचवीस रुपड्यांसाठी काहीही अगदी शपथेवर सांगायला तयार असतात."

म्हणजे वेळ आली तर त्याच्या बचावाचा हा मार्ग असणार होता तर.

"आणि तुझ्या तळघरात सापडलेले ते दोन भिकाऱ्यांचे मृतदेह?"

एक हात हवेत उडवत भद्रसेन म्हणाला, "मला जाळ्यात पकडण्यासाठी हा सारा रचलेला बनाव आहे. तरीही एखाद्याला अटक करणं, त्याच्यावर आरोप सिद्ध करणं हे खरं पोलिसांचं काम. तुमचा त्यात कोठे संबंध येतो?"

· "तेच तर त्यांना जमत नाही ना! म्हणून आम्हाला हस्तक्षेप करायची वेळ येते! पण तू म्हणतोस ते काही अगदी खोटं नाही - पाचपंचवीस रुपड्यांसाठी काय वाटेल ते साक्षीवर सांगणारे भिकारी असतीलही; पण निदान आपल्या पोटाची भूक भागवण्यासाठी तरी ते खोटं बोलतात; पण पाचपंचवीस हजार रुपड्यांसाठी खुनी, दरोडेखोर, अत्याचारी, समाजकंटकांना निरपराध ठरवण्यासाठी साक्षीदार फोडणारे, बनावट पुरावा तयार करणारे वकील आहेतच की! त्यांना तर पोटाची काळजी नसते ना! स्वतःच्या चैनीमौजेसाठी, ख्यालीखुशालीसाठीच ते हे करतात, हो की नाही?"

जयराम खाटेवरून उठत म्हणाला, "तुझ्याशी फालतू चर्चा करायला मला मोकळा वेळ नाही. चल रे - " तो माझ्याकडे वळून म्हणाला. आम्ही दोघं खोलीबाहेर येताच त्याने दाराला बाहेरून जाड कडी घातली. बाहेरच्या खोलीत आल्यावर जयराम म्हणाला, "महावीर, माझी निघायची वेळ झाली. मी सांगितलेलं नीट ध्यानात ठेव." एकवार उजवा हात वर करून त्याने माझा निरोप घेतला

आणि तो बाहेर पडला. मी त्याच्यामागे मोठ्या दाराला कडी घातली, बोल्ट सरकवला.

सकाळचे माझे स्नान -दाढी -व्यायाम इत्यादी कार्यक्रम झाल्यावर मी परत भद्रसेनच्या खोलीत गेलो. डोक्याखाली हातांची घडी करून तो खाटेवर शांतपणे पडला होता. माझ्या येण्याची त्याला चाहूल लागली असणारच; पण त्याने त्याची काहीही खूण दाखवली नाही. मी खाटेशेजारच्या खुर्चीत बसलो आणि त्याचं अगदी बारकाईने निरीक्षण करू लागलो; पण खरंतर तो एक अगदी मामुली इसम होता. त्याच्यात लक्षवेधी असं काहीच नव्हतं. पीळदार शरीर नाही, की तीक्ष्ण बुद्धिमत्ता दाखवणारं विशाल भाळ नाही, की अंतरंगाचा ठाव घेणारी भेदक नजर नाही.

"तुमचे मित्र गेले तर! " डोळे न उघडताच तो म्हणाला.

"हो." मी त्याला जरूरीपेक्षा एक अवाक्षरही जास्त सांगणार नव्हतो.

"आता परत केव्हा येणार?"

"आला की समजेलच."

उंदरामांजराचा खेळ मलाही खेळता येत होता.

"पोलिसांनी मला अगदी निर्दयपणे मारहाण केली आहे. माझं सर्व शरीर वेदनेने ठणकत आहे. मला एखादी पेनकिलर देशील का?"

त्याचा एकवचनी प्रयोग मला आवडला नाही; पण मीही त्याला एकवचनाने हाक मारू शकत होतो. ते मला महत्त्वाचं नव्हतं. "मी कपाटात पाहतो; पण मला नाही वाटत असं औषध असेल - तरीही पाहतो."

मी बाहेर आलो, माझ्यामागे दाराला कडी घातली. अर्थात माझ्या सामानात निसे किंवा ब्रूफेन किंवा किमान सॅरीडॉन अशा काही गोळ्या असतातच. ब्रूफेनची मोठी लांबट गोळी आणि पाण्याचा ग्लास घेऊन मी त्याच्या खोलीत आलो. तो तसाच खाटेवर पडला होता. माझ्या हातातला ग्लास पाहताच तो उठून बसला. पाण्याच्या मोठ्या घोटाबरोबर त्याने गोळी घेतली आणि मग भिंतीला पाठ लावून तो बसून राहिला.

"मला एक समजत नाही - " तो म्हणाला, "तुझ्यासारख्या चलाख आणि हुशार माणसाने एखादा चांगला व्यवसाय करण्याऐवजी हे असं गुन्हेगारीचं आयुष्य का निवडावं? यशाचे इतर कितीतरी मार्ग समोर उपलब्ध असताना?"

मला खरोखरच हसू आवरेना, पोलिसांच्या जाळ्यात अनेकवार सापडलेला हा अट्टल गुन्हेगार मला नीतिशास्त्रातले धडे देत होता. मी त्याच्याकडे पाहिलं. त्याची हिशेबी नजर माझ्यावरच खिळली होती.

"अजूनही वेळ गेलेली नाही. अजूनही तू आपल्या आयुष्याचा मार्ग बदलू शकतोस. अधःपातापासून स्वतःला वाचवू शकतोस. वाटलं तर मी तुला मदत करू शकेन. हाताशी पैसा असला की संधी दिसताच तिचा फायदा करून घेता येतो. हे अनुभवाचे बोल आहेत. किती हवेत? सांग! पाच लाख? दहा लाख? पंधरा?"

त्याची नजर अजूनही माझ्यावर खिळलेली होती आणि अनेक अनुभवांतून गेलेला मी - माझी खात्री झाली आहे की तो थापाथापी करत नाही आहे. त्याने देऊ केलेली लाच स्वीकारायला मी तयारी दाखवली तर तो मी मागेन तेवढी रक्कम समोर हजर करू शकेल याबद्दल माझ्या मनात काडीचीही शंका नव्हती. जयराम म्हणाला होता तेच खरं होतं - इथलं पाणी फार फार खोल होतं.

"तुझ्यापाशी जर एवढी गडगंज संपत्ती असेल तर त्या गरीब बिचाऱ्या भिकाऱ्यांच्या जिवावर का उठला होतास? तुला त्यातून काय मिळणार होतं?"

"सांगितलं ना - तो सारा पोलिसांचा बनाव होता!" एक हात हवेत उडवीत भद्रसेन म्हणाला, "ते महत्त्वाचं नाही. तुझं भावी आयुष्य जास्त महत्त्वाचं आहे. सांग - तुझा सहकारी हजर व्हायच्या आत काहीतरी निर्णय घे - म्हणजे त्याच्याबरोबर रकमेची वाटणी करावी लागणार नाही."

"तू तर फाटक्या कपड्यातल्या भणंग लंगडधीन!" मी त्याला खिजवत म्हणालो, "पैसे काय हवेत जादूची कांडी फिरवून काढणार आहेस का?"

"पैसे? अरे, ते तर अगदी सोपं आहे! मला एक फोन करू दे - तू म्हणशील तेवढी रक्कम तासाभरात तुझ्या हातात येतं का नाही पाहा!"

'बरोबर आहे,' मनाशी म्हणालो, 'पैशांनी भरलेली सुटकेस घेऊन एकजण येईल आणि त्याच्या मागोमाग पिस्तूल - चॉपर - सुरे घेतलेले बाकीचे हजर होतील. तो मला खरोखरच इतका दूधखुळा समजत होता की काय?'

"इथे नको असेल तर तुझ्या विश्वासातल्या कोणाचा तरी पत्ता सांग. तिथे पैसे पोहोचवल्याची खात्री करून घे."

"भद्रसेन," हात वर करून मी त्याला थांबवत म्हणालो, "मला तुझ्या पैशांत स्वारस्य नाही. तो पैशांचा विषय आता बंद कर."

त्याची निराशा झाली असली तर ती त्याच्या चेहऱ्यावर तरी दिसली नाही. कदाचित त्याला आधीपासूनच कल्पना असावी की, मी विकत घेतला जाणाऱ्यांपैकी नाही. अंगावरच्या चुरगळलेल्या मॅनिलाचे खिसे तो एकामागून एक तपासत होता. शेवटी एका खिशातून त्याने चुरगळा झालेलं सिगरेटचं पाकीट काढलं. आतल्या तीन सिगरेटचाही चोळामोळा झाला होता. त्यातली एक हाताने जराशी सरळ करीत तो म्हणाला, "तुझ्यापाशी लायटर आहे? नाहीतर काडेपेटी?"

मी त्या सिगरेटलाही स्पर्श करत नाही. मी खोलीतून बाहेर आलो, मागे दाराला कडी घातली, स्वयंपाकघरात जाऊन जरा शोधाशोध केली तेव्हा काडेपेटी सापडली. ती घेऊन मी परत त्याच्या खोलीत गेलो. त्याला सिगरेट ओढू देण्यात मला काहीच धोका दिसत नव्हता. फक्त ती काडेपेटी मी त्याच्या हातात देणार नव्हतो. त्याची सिगरेट शिलगावली जाताच मी काडेपेटी माझ्या खिशात ठेवून दिली. भद्रसेनने सिगरेटचे जे भराभर आणि खोल झुरके मारले त्यावरून दिसत होतं की सिगरेटसाठी तो अगदी कासाविस झाला होता. सिगरेटमधली तंबाखू कडक असली पाहिजे. काही मिनिटांतच खोलीतली हवा कडक वासाच्या धुराने भरून गेली. सिगरेटच्या धुराची काहीकाहींना असते तशी काही मला ॲलर्जी नव्हती; पण त्या कडक वासाच्या धुराने डोकं जरासं जड झाल्यासारखं वाटलं. माझी नजर भद्रसेनकडे गेली. त्याच्या तोंडात सिगरेट होती आणि एखाद्या गिरणीच्या धुराड्यासारखा त्याच्या तोंडातून धूर येत होता. ही काही सिगरेट ओढण्याची पद्धत नाही. मला जाणवलं, त्या धुराच्या वळ्यातून भद्रसेनची नजर माझ्यावर एकटक खिळली होती. पुन्हा एकदा डोक्याला तो जडपणा जाणवला. क्षणभर तर वाटलं, डोळे मिटून घ्यावेत आणि जरा आराम करावा. मला वाटतं, क्षणभर मी डोळे मिटलेही असावेत; पण पुढच्याच क्षणी मेंदू खडबडून जागा झाला. धोका! मनाला इशारा देत होता. काहीतरी धोका आहे! इथे थांबायला नको. मी खुर्चीवरून कसातरी उठून उभा राहिलो. शरीराचा तोलही नीट सांभाळता येत नव्हता. क्षणभर तर खोलीचं दार कोठे आहे तेच आठवेना.

"कुठे निघालास? बस की आरामात –" भद्रसेनाचा आवाज आला.

"खरंच! आरामात बसलं तर किती छान वाटेल!" मनात विचार आला. काही क्षण माझी मान वळली होती. चेहऱ्यावर येणाऱ्या धुराचा भपकारा थांबला होता. पुन्हा एकदा मनात धोक्याची घंटा खणखणली.

इथे थांबता कामा नये!

किलकिल्या नजरेने मी आसपास पाहिलं. सात- आठ फुटांवरच खोलीचं दार होतं. केवळ सात - आठ पावलं! पण तेवढी टाकायला किती श्रम पडले. एकेक पाऊल म्हणजे लहानशी लढाई होती. मध्येच माझ्या खांद्याला कोणाचा तरी स्पर्श झाला. प्रतिक्रिया झाली ती शीघ्र होती, प्रतिक्षिप्त होती. माझा हात त्या बाजूने जोराने गेला. कोणाला तरी धक्का बसला.

माझं लक्ष फक्त समोरच्या दारावर होतं. पावलं लटपटत होती. सारी खोली माझ्याभोवती गरगर फिरत होती. मनासमोर ठाम विचार आला, जगायचं असेल तर त्या दारापर्यंत पोहोचायलाच हवं आणि अर्थात जीवनातली तीच ऊर्मी सर्वांत प्रभावी असते. शेवटच्या दोन-तीन पावलांसाठी त्या ऊर्मीनेच शक्ती आली. मी दारापाशी पोहोचलो. खोलीबाहेर पडलो. आणखी काहीतरी - आणखी काहीतरी करायला हवं होतं.

हो - माझ्यामागे दार बंद करून घ्यायला हवं होतं.

पण दाराबाहेरच्या मोकळ्या हवेत पाऊल पडताच नजर साफ व्हायला लागली होती. डोक्यातली कलकल कमी व्हायला लागली होती. मी माझ्यामागे दार बंद केलं, बोल्ट सरकवला आणि दारावर डोकं टेकून धापा टाकत उभा राहिलो.

आतून दाराला दोनतीनदा धक्के बसले; पण दार एव्हाना बंद झालं होतं. दहा-बारा सेकंदांतच माझं भान पूर्ववत सावरलं. काय झालं होतं याची मला पूर्ण कल्पना आली.

हा भद्रसेन! जयरामचे शब्द खोटे नव्हते आणि त्याचे सावध राहण्याचे इशारेही निरर्थक नव्हते.

भद्रसेनच्या तोंडातली भकभक धूर ओकणारी सिगरेट! सिगरेटच्या तंबाखूमध्येच कोणतं तरी गुंगी आणणारं रसायन मिसळलेलं असणार. तो धूर श्वासावाटे आत जाताच पाहता पाहता माझी शुद्ध हरपायला आली होती. शरीराला स्वसंरक्षणासाठी ज्या काही सवयी कठीण अभ्यासाने लावून घेतल्या होत्या

त्यांच्यातील एक या वेळी कामी आली होती. आत कोठेतरी जाणवलं होतं, श्वास घेण्यास धोका आहे. आपोआपच श्वासोच्छ्वास अगदी उथळ चालला होता. शरीर जेमतेम चालू अवस्थेत ठेवण्याइतपत. म्हणून मी वाचलो होतो. भोवळ येऊन तिथेच कोसळलो असतो तर पुढे काय झालं असतं ते वर्तवायला काही ब्रह्मदेव नको होता. ग्यानसिंगला माझं निश्चेष्ट पडलेलं (किंवा कदाचित मृतावस्थेतलंही!) शरीर सापडलं असतं आणि भद्रसेनचं नखही दिसलं नसतं. माझ्यावर जयरामने मोठ्या विश्वासाने सोपवलेल्या कामगिरीचा आज बोजवारा उडाला असता आणि त्याचे सर्व श्रम, सर्व प्लॅन मातीमोल झाले असते.

भद्रसेनला दोष देण्याचा विचारही माझ्या मनात आला नाही. स्वतःचं संरक्षण करणं हा त्याचा हक्कच होता. चूक माझीच होती. जयराम परत येईपर्यंतचा यापुढचा प्रत्येक क्षण अगदी सतर्क राहायला हवं. मी तिथून बाहेरच्या खोलीत आणि इमारतीबाहेरच्या मोकळ्या हवेत आलो. खूप मोठे मोठे श्वास घेऊन मग हवा पूर्ण बाहेर सोडून छाती अगदी पूर्ण रिकामी करण्याची क्रिया पाचसात मिनिटं केल्यानंतर छातीतला उरलासुरला अंश निघून गेला. रक्तात किंवा नसांत काही अंश शिरलेला असणारच -त्याखेरीज अशी गुंगी यायचीच नाही; पण त्याचा निचरा शरीरातच करायला हवा.

बरोबर बारा वाजता ग्यानसिंग जेवणाचा डबा घेऊन आला. तो गेल्यावर मी दार बंद केलं, दाराला कुलूप घातलं आणि कुलपाची किल्ली पायातला मोजा आणि बूट यांच्यामध्ये ठेवली आणि मगच भद्रसेनच्या दारावर थाप मारली. आतून त्याचा आवाज आल्यानंतर दार उघडलं. तो खाटेवरच झोपला होता.

"चला, जेवण तयार आहे," मी त्याला सांगितलं.

स्वयंपाकघरात डायनिंग टेबलाच्या दोन बाजूंना आम्ही दोघं बसलो होतो. ग्यानसिंगने आणलेल्या पिशवीत प्लॅस्टिक थाळ्या आणि ग्लासही होते. दोन थाळ्या मांडून, डबा उघडून मी मध्ये ठेवला होता. फुलके होते, कसली तरी भाजी होती. चटणी होती, पुलाव होता, दही होतं, मीठ - साखर यांच्या पुड्या होत्या. अन्नाला चांगली चव होती. माझ्या थाळीत जिन्नस वाढून घेता घेता मी म्हणालो, "आजचा सगळा बेत शाकाहारी आहे. तुला चिकन - मटण - फिश असलं काही हवं असेल तर सांग. मी माणसाला फोन करून कळवतो. म्हणजे संध्याकाळी तसा बेत होईल."

भद्रसेन पदार्थांकडे पाहत होता. बोलताना त्याची अवस्था जराशी विमनस्क दिसत होती. "नाही - नाही - काही नको - हे चालेल की-"

"मग घ्या वाढून आणि संकोच करू नका!" मी जरा उपहासाने म्हणालो.

त्याने थाळीत फुलका, भाजी, चटणी वाढून घेतली. "मला एक कळत नाही," तो म्हणाला, "मघाशी खोलीत तुला अगदी चक्कर आल्यासारखं दिसत होतं. मग जरा वेळ तिथेच का थांबला नाहीस? भोवळ येत असलेल्या माणसाने अजिबात हालचाल करायची नसते. असेल त्या जागी विश्रांती घ्यायची असते."

"ते आरोग्याचे नियम काही मला माहीत नाहीत," मी म्हणालो, "तुझ्या त्या कडक सिगरेटच्या धुरानेच माझा जीव कासावीस झाला होता. खोलीबाहेर आलो आणि लगेच अगदी नॉर्मल वाटायला लागलं."

"तरीही मला वाटतं, तू धावपळ करायला नको होतीस." तो माझ्याकडे पाहत डाव्या हाताने काहीतरी घेण्याचा प्रयत्न करीत होता. हात कुणीकडे जात आहे याकडे त्याचं लक्ष नव्हत. वरणाच्या गरम डब्याला त्याचा हात लागला. हाताला चटका बसताच 'स्स्स्' आवाज करून त्याने हात झाडला. त्याचा धक्का नेमका डब्याला लागला आणि सगळा डबाच आडवा झाला. "अरे - अरे- अरे- " म्हणत तो मागे सरला. पाचसात सेकंद माझीही जरा गडबडच झाली; पण मिनीटभरात आम्ही परत खुर्च्यांवर बसलो. जरासं वरण सांडलं होतं एवढंच.

भद्रसेनची कळी खुललेली दिसली. त्याच्या आयुष्यातला एकेक अनुभव तो सांगत होता. तसं माझंही आयुष्य काही सरधोपट मार्गावरून गेलेलं नाही; पण त्याचे अनुभव माझंही लक्ष खिळवून ठेवणारे होते. माझ्यापाशी एकाएकी एवढं दिलखुलास तो का बोलत होता? मला तर त्याचं कारण उमजत नव्हतं. कदाचित हीही त्याची एखादी खेळी असेल; पण मी आता बेसावध राहणार नव्हतो.

आमची जेवणं झाली. ग्यानसिंगने पेपर नॅपकिनचं एक पॅकेट पाठवलं होतं. त्यातले तीन-चार काढून मी हात स्वच्छ केला. भद्रसेनकडे पॅकेट सारलं. पॅकेट घेण्यासाठी तो पुढे वाकला; पण त्याचा तोलच गेल्यासारखा झाला आणि टेबलावरच डोकं टेकवून तो पडून राहिला. एक-दोन सेकंद वाट पाहून मी खुर्चीवरून उठलो - नाही, उठायचा प्रयत्न केला; पण माझ्या पायांतलं बळच गेलं होतं. पायापासून आणि हातांच्या बोटांपासून एक प्रकारचा बधिरपणा पुढे

पुढे सरकत होता आणि काहीतरी धोका झाला आहे, असाच विचार मनात येत असतानाच माझी शुद्ध हरपली.

४

मला परत शुद्ध आली. किती वेळांनी आली ती सांगता येत नाही आणि मग वाटायला लागलं. आपण एखाद्या स्वप्नातच आहोत. कारण आसपासचा परिसर माझ्या ओळखीचा नव्हता. अगदी कमी प्रकाश होता. हवेत गारवा होता. वेळ पहाटेची किंवा संध्याकाळची असावी. माझ्या पायाखालचा एक उखडलेला रस्ता होता. कधीकाळी तो उत्तम अवस्थेत असेलही; पण आता खड्डे पडलेले होते आणि दोन्ही बाजूंची घरंही ओसाड दिसत होती. एकमजली, दोनमजली घरं; पण त्यांची दारं उखडलेली, खिडक्या तुटलेल्या - फार फार वर्षांपूर्वी केव्हातरी नैसर्गिक वा मानवी कोपाला बळी पडून उद्ध्वस्त झालेलं शहर. आवाज होता तो फक्त विव्हळणाऱ्या वाऱ्याचा आणि त्या वाऱ्यावर लांब कोठेतरी पुनः पुन्हा आपटणाऱ्या दाराचा.

दोन्ही बाजूंची घरं आणि रस्ता चढत चढत वर गेले होते आणि अर्थात त्याच रस्त्यावरून मीही सावकाश वर चाललो होतो. डोळ्यांच्या कडांतून एका बाजूला चोरटी हालचाल दिसली; पण नजर तिकडे वळताच सारंकाही निश्चल झालं; पण माझी खात्री झाली, वरवर पाहता शहर जरी ओसाड दिसत असलं, तरीही इथे कुणाचा तरी वावर आहे; पण ते माझ्या नजरेआड राहण्याचा प्रयत्न करीत आहेत. माझी नजर वळताच ते एखाद्या भिंतीमागे, नाहीतर खांबामागे लपून बसतात. एकदा वाटलं होतं - धीर करून ओरडावं, 'इथे आहे का कोणी?' पण त्या विलक्षण भयगर्भ स्मशानशांततेचा भंग करण्याचं धैर्य माझ्यात नव्हतं.

एव्हानाच आसपासचा प्रकाश जरासा कमी झाल्यासारखा वाटत होता. म्हणजे ही संध्याकाळची गोष्ट होती तर. आणखी काही वेळातच पार अंधार होऊन जाईल. त्याआधी कोठेतरी सुरक्षित निवारा शोधून काढायला हवा होता; पण तो या ओसाड, उद्ध्वस्त घरात कोठून मिळायला?

माझ्या घबराटीची, धावपळीची माझी मलाच शरम वाटली. प्रसंग कितीही बाका आला तरी धीर सोडणं माझ्या स्वभावात नव्हतं. आसपासच्या परिस्थितीचा अंदाज घ्यायला हवा. काय शक्य, काय अशक्य हे पाहायला हव. आपण या अवस्थेत का आणि कसे आलो याचा विचार करायला हवा.

मोठ्या प्रयासाने मी मन ताळ्यावर आणलं. आपण कोठे होतो? त्या घरात भद्रसेनबरोबर जेवण घेतलं होतं. जेवणानंतर तो शुद्ध हरपून टेबलावरच आडवा झाला होता आणि आपण खुर्चीतच शुद्ध हरपून कोसळलो होतो. ही माझी शेवटची आठवण होती आणि आता इथे अशी जाग आली होती. घराच्या दाराला मी आतून कुलूप घातलं होतं. घरात मी आणि भद्रसेन यांच्याखेरीज आणखी कोणीही नव्हतं आणि भद्रसेन माझ्या डोळ्यांसमोरच शुद्ध हरपून पडला होता. तेव्हा मला प्रत्यक्ष उचलून वा खेचून कोणीही इथे आणलं असणं अशक्य होतं; पण आसपासच्या परिसराची सत्यानुभूती अत्यंत प्रखर होती. वाऱ्याचा आवाज कानांवर येत होता. शरीराला गारठा जाणवत होता. रस्त्यावरचे दगड, खड्डे, माती पायाला जाणवत होती. कोणत्या ना कोणत्यातरी अर्थाने मी इथे 'प्रत्यक्ष' हजर होतो. पाय घसरून पडलो तर कातडी नक्कीच खरचटेल. कोणी एखाद्याने दगड भिरकावून मारला तर नक्कीच जखम आणि वेदना होतील. ही कोणतीही अवस्था असो, इथल्या सर्व घटनांचे परिणाम माझ्या खऱ्या शरीरावर (मग ते कोठे का असेना) प्रतिबिंबत होणार यात शंका नव्हती. या माझ्या अवस्थेला कोण जबाबदार होतं? अर्थात तो कपटी, कसबी भद्रसेन.

सकाळीच त्याने मला गुंगी घालण्याचा एक प्रयत्न केला होता. त्याच्या त्या सिगरेटमध्ये असं काहीतरी जालिम रसायन असलं पाहिजे की ज्याला ठिणगी लागताच त्याचा धूर होईल आणि तो श्वासावाटे शरीरात गेला की माणसाला मूर्च्छा आणील. अर्थात मलाही हे प्रकार काही नवीन नव्हते; पण या फाटक्या शरीराच्या, पोलिसांचा भरपूर प्रसाद खाऊन अर्धमेल्या झालेल्या भद्रसेनच्याजवळ अशी क्लृप्ती असेल आणि तिचा वापर करण्याची समयसूचकता असेल ही शक्यता मी गृहीतच धरली नव्हती.

जयराम म्हणाला होता तेच खरं होतं, हा भद्रसेन अतिशय धोकेबाज होता. जेवताना त्याने अशीच एखादी युक्ती लढवली नसेल कशावरून? ते वरणाचं

भांडं कलंडताच माझी नजर तिकडे गेली होती. कदाचित तेवढ्या पाच-सात सेकंदांत तर त्याने आपला कार्यभाग साधला नसेल? पण यात पण काहीतरी चूक वाटत होतं. माझी अशी शुद्ध हरपण्यापूर्वीच तो टेबलावर आडवा पडला होता.

अंधार आणखीच वाढत चालला होता. या अनोळखी, ओसाड परिसरात आसरा तरी कोठे शोधायचा? मघाशी प्रकाश असतानाही ती बिनदार- खिडक्यांची भयाण घरं मनाला अस्वस्थ करीत होती. आता तर या साकळलेल्या अंधारात त्या घरात पाऊल टाकण्याचा विचारसुद्धा असह्य होत होता. कोणास ठाऊक, तिथे कोणकोण दबा धरून बसलं असेल ते.

मी त्या रस्त्याने पुढे निघालो. रस्त्याला चढ होता. पुढे रस्ता वळण घेत होता; पण निदान रस्ता खूप प्रशस्त होता आणि दोन्ही बाजूंची घरं बऱ्याच अंतरावर होती. त्या रिकाम्या घरांचीच मला आता भीती वाटायला लागली होती.

रस्ता वळला आणि एका मोठ्या चौकात आला. चौकाची एक बाजू एका प्रचंड दगडी इमारतीने व्यापली होती. उभ्याच्या उभ्या भिंती वर चढत गेल्या होत्या आणि आकाशाच्या नीळसर पार्श्वभूमीवर कळसाचा निमुळता होत गेलेला उंच आकार दिसत होता.

मंदिर! देवस्थान। पवित्र, पावन वास्तू! मनाला केवढा आधार झाला!

मनावर संस्कार किती खोलवर कोरले गेलेले असतात! मंदिर म्हणजे प्रेम, पावित्र्य, पापविनाश, संकटहरण यांचा संकेत!

केवढ्या आशेने मी मोठ्या दारातून आत पाऊल टाकलं.

पण त्या पावलावरच पाय अडखळला.

मंदिरात आवाज घुमत होते; पण ते घंटानादाचे, मंत्रोच्चाराचे नव्हते. आवाज होते ते हेल काढून रडण्याचे होते. विकट आसुरी हास्याचे होते. पशूंच्या खिंकाळण्याचे होते. आत प्रकाश होता; पण तो समईचा, नंदादीपाचा, पणतीचा सोनेरी प्रकाश नव्हता. लालपिवळ्या ज्वाळांचा फडफडता प्रकाश होता. मंडप आणि गाभारा अस्पष्ट दिसणाऱ्या काळ्या सावल्यांनी भरून गेला होता. ते काळे आकार एकमेकांभोवती फेर धरून नाचत होते, वेडेविद्रे हावभाव करीत होते.

या स्थानाहून देवाचं केव्हाच उच्चाटन झालं होतं. त्याची जागा आता अपवित्र, उन्मार्गी, वाममार्गी, घातकी शक्तींनी घेतली होती. त्या वास्तूत प्रवेश करणं

म्हणजे केवळ मृत्यूलाच नाही, तर मृत्यूनंतरच्याही अनंतकाळच्या असह्य बंदिवासास आमंत्रणच होतं. नाही. ही जागा माझ्यासाठी नव्हती आणि माझ्या जवळिकीची त्यांना काही कल्पना येण्याच्या आतच मी पाऊल मागे घेतलं आणि घाईने मार्ग बदलला.

एव्हाना मी बराच वर आलो होतो. थांबून मागे वळून मागच्या आणि खालच्या भागावर नजर टाकली. भग्न शहराला अंधाराने लपेटलेलं होतं. पण दारं-खिडक्या-छपरं नसलेल्या, ओसाड उजाड घरांतून फिकट नीळसर ज्योती हलत होत्या. आधारासाठी कोणत्याही घरात प्रवेश केला असता तर तो प्रयत्न आत्मघातकी ठरला असता. रात्रीचा काळा पडदा सरसरत खाली येताच सांदीकोपऱ्यात, तळघरात, वळचणीच्या अंधारात दडी मारून बसलेले आता मुक्त वावरावर निघाले होते.

माझी नजर आणखी खाली गेली. ज्या रस्त्यावरून मी इथवर आलो होतो, त्याच रस्त्यावरून काहीतरी वर येत होतं. जवळजवळ माणसाएवढाच आकार; पण त्याला स्थिरता किंवा कठीण स्पष्ट अशी कड, बाह्यरेषा नव्हती. मेणबत्तीची ज्योत वाऱ्यावर फडफडावी, कधी पसरट तर कधी चिंचोळी, कधी सपाट तर कधी आडवी व्हावी तसा तो आकार हिंदकळत होता. इतक्या अंतरावरूनही मला तो स्पष्ट दिसत होता, एवढंच नाही तर त्या आकारात धुमसणारी, त्याला जीवनशक्ती, चेतना देणारी वखवखणारी जीवनाची भूकसुद्धा जाणवत होती. एवढं कसं जाणवतं याचं नवल क्षणभरच टिकलं. मग ध्यान्यात आलं, हा अवकाश वेगळाच आहे. विचारांइतकंच विकारांनाही इथे महत्त्व आहे. खऱ्या-खोट्यांचे, चांगल्या-वाईटांचे, पाप-पुण्यांचे इथे संकेत आहेत. तसं पाहिलं तर आपलं रोजच्या अनुभवातलं जगही काहीकाही सर्वसामान्य संकेतांवरच चालत असतं. आचार-विचार-कृती यांचे काही शिष्टमान्य संकेतच समाजाला एकसंध ठेवत असतात. फक्त रोजच्या व्यवहारात हे संकेत एकप्रकारच्या अध्याहृत स्वरूपात, पार्श्वभूमीवर असतात. इथे त्यांना स्पष्ट, निर्णायक रूप आलं होतं.

एखादं शिकारी श्वापद डावीउजवीकडे वळून भक्ष्याचा माग घेत असतं, तसाच तो आकार डावीउजवीकडे वळत होता. घ्राणेंद्रिय, नयनेंद्रिय (किंवा आणखी एखादा सहावा सेन्स वापरून) यांच्या साहाय्याने आसपासच्या अवकाशाचा वेध

घेत होता आणि माझी मनोमन खात्री झाली होती की, तो माझाच शोध घेत आहे.

काही काही वेळा आपल्याला इन्स्टिंक्टने, हंचने, अंतर्गत प्रेरणेने एखादी गोष्ट जाणवते. कोणतेही तार्किक समर्थन करता न येण्यासारखी ती जाणीव असते. ती जाणीव मला या क्षणी होत होती.

हा जो कोणी आहे तो माझीच शिकार करायला आलेला आहे आणि माझा शत्रू एकच होता-भद्रसेन! अनेक गोष्टी आपापल्या जागी बसल्या. घटनांना एक अर्थ आला. मी स्वप्नात नव्हतो. एका वेगळ्याच सत्यसृष्टीत, रिॲलिटीमध्ये होतो. भद्रसेनची निर्मिती.

जयरामने वारंवार सूचना दिली होती- हा धोकेबाज आहे, सांभाळून राहा. आणि मी अगदी सावध आहे अशा गुर्मीत मी वावरत होतो आणि भद्रसेनने मला पाहता पाहता फसवलं होतं. ती वरवर अपघाती वाटणारी; पण प्रत्यक्षात हेतूपूर्वक केलेली भांड्याची उलथापालथ - केवळ काही सेकंदापुरती माझी नजर विचलित करण्यासाठी होती. तेवढ्या अवधीत त्याने आपला कार्यभाग साधून घेतला होता. एखाद्या अन्नपदार्थात असेल किंवा पाण्यात असेल, त्याने आपलं अमली रसायन मिसळलं होतं आणि त्याचं सेवन होताच मी शरीराने तिकडे खोलीत बेशुद्ध होऊन पडलो होतो आणि माझी मुक्त अस्मिता या खास अवकाशात अवतरली होती आणि मग आठवलं, भद्रसेनही तसाच बेशुद्ध पडला होता. तोही इथे हजर झाला होता.

त्याच्याजवळ ही रसायनं होती यात आश्चर्य करण्यासारखं काय होतं? असं धोक्याचं, जीवनमृत्यूच्या सीमारेषेवरचं आयुष्य जगणारा माणूस संरक्षणाची, आक्रमणाची काही काही साधनं सतत जवळ बाळगतोच. माझी गोष्ट तशीच नव्हती का? माझ्या कंबरेला सतत बारापंधरा फूट लांबीची नायलॉनची अत्यंत पातळ; पण बळकट दोरी असते. माझ्या डाव्या नडगीला एक अतिशय पातळ, पण अतिशय धारदार चार इंची चाकू असतो. माझ्या खास मॅनिलाच्या कॉलरमध्ये अगदी अगदी पातळ अशी दहा इंची पोलादी तार असते. शरीरावर ठिकठिकाणी पातळ पुड्या असतात. त्यांच्यातील रसायनं स्फोट करू शकतात, लखलखाट करू शकतात, बेशुद्ध करणारा नर्व्ह गॅस उत्सर्जित करू शकतात. भद्रसेन त्याच रांगेतला नव्हता का?

आणि त्याचा सैतानी कट आता उघड झाला होता.

या त्याच्या 'खास' परिसरात तो माझ्या अस्मितेचा, इगोचा, प्रज्ञेचा, आत्म्याचा नाश करणारा होता आणि परत रोजच्या जगात गेल्यावर कोणत्या ना कोणत्यातरी सैतानी कृष्णकिमयेने तो माझ्या शरीरात प्रवेश मिळवणार होता.

बंगल्याचं दार उघडून एक महावीर आर्य बाहेरच्या जगात निघून जाईल. शोध घेत येणाऱ्यांना बंगल्यात काय सापडेल? भद्रसेनचं मृत शरीर!

ते त्या घटनेचा काय अर्थ लावतील? खरा प्रकार काय झाला आहे याची कोणालाही जन्मात शंका येणार नाही. नाहीतरी जयरामला माझा एककल्ली आणि विक्षिप्त स्वभाव माहीत होताच. तो जरा रागवेल, आदळआपट करील आणि मग सर्वकाही विसरून जाईल आणि एक नकली महावीर आर्य अनाचाराचं आयुष्य जगण्यासाठी समाजात मोकळा सुटेल.

भद्रसेनने ही सैतानी क्लृप्ती खासच यापूर्वी वापरलेली असणार. म्हणूनच गुन्ह्याच्या चष्मेगवाह साथीदारांनाही त्याची ओळख पटत नसे. म्हणूनच त्याच्या बोटांचे ठसे गुन्हेगाराच्या ठशांशी कधीही जुळत नसत. अशी किती आयुष्यं तो आजपर्यंत जगला होता? आताचं हे शरीर थकल्यावर त्याने हा प्रयोग त्या भिकाऱ्यांवर केला असेल आणि काहीतरी गफलत होऊन एकजण त्याच्या तावडीतून सुटला होता आणि मी माझ्या अतिशहाणपणाने त्याला ती चूक सुधारण्याची संधी दिली होती.

त्याने मला बरोबर सापळ्यात पकडलं होतं. ही तर त्याचीच जागा होती. इथे काय तो पहिल्यांदाच आला होता? खासच नाही! आसपास भुताटकीसारख्या विव्हळत असणाऱ्या अस्पष्ट प्रतिमा - पूर्वी या भद्रसेनने ज्यांच्या शरीराचा ताबा मिळवला होता त्यांच्या या बेवारस अस्मिता होत्या. त्यात आता आणखी एकीची भर पडणार होती. माझ्यापाशी स्वसंरक्षणाचा काय उपाय होता?

फडफडत्या, नीळसर - धुरकट प्रकाशाचा तो आकार वर वर येत होता. डावीउजवीकडे पाहत होता आणि आता त्याची स्वतःशी चाललेली बडबडही माझ्यापर्यंत पोहोचली.

'कुठे आहेस रे तू? कुठे लपून बसला आहेस रे? पण माझ्यापासून तू लपूच शकणार नाहीस... मी तुला गाठणार... पकडणार... आणि तुझी काया घेणार.. तुझी काया घेणार...'

माझं दारुण भवितव्य माझ्यासमोर दिसत होतं.

हे भयानक पिशाच्च माझ्या मागावर निघालं होतं आणि मला ते गाठणारच.

ही जर एखादी क्रिस्टियन दंतकथा - भयकथा असती तर त्यातल्या नायकाने दोन लाकडाचे तुकडे एकमेकांना बांधून त्यांचा पवित्र क्रॉस तयार केला असता आणि तो क्रॉस हातात घेऊन नायक पिशाच्चाशी दोन हात करायला सिद्ध झाला असता.

माझ्यापाशी देवाची प्रतिमा वा मूर्ती असती तर कदाचित मीही अगदी निर्वाणीचा उपाय म्हणून त्या पवित्र दैवताला शरण गेलो असतो; पण आता ब्रह्मा, विष्णू, महेश, गणपती, दत्तात्रेय, श्रीराम, श्रीकृष्ण यांची प्रतिमा कोठून आणणार? ख्रिस्ती लोकांना त्यांचा अमोघ शक्तिधारी क्रॉस सहज बनवता येतो. पण माझ्यासारख्याला-

माझे विचार अडले! काहीतरी मनाच्या पृष्ठावर येण्याची खटपट करीत होतं.

शंकराचं संकेतात्मक रूप- शाळुंका! पुराणातली कथा आठवली- लंकाधीश रावणाची माता दररोज स्वहस्ताने मृत्तिकालिंग करून त्याची पूजा करीत असे. रावणाला जेव्हा हे समजलं तेव्हा तो आईला संतापाने म्हणाला, "माते! तुझा पुत्र लंकेश्वर महाधिपती रावण! आणि तू मृतिकालिंगाची पूजा करतेस! नाही-नाही-मी आताच कैलासाला भेट देतो आणि श्रीशंकराचं स्वयंभू लिंगच तुझ्यासमोर आणून ठेवतो."

पुढच्या कथेशी कर्तव्य नाही. मृतिकालिंग हाताने बनवता येतं. त्यासाठी काय हवं? थोडीशी मृत्तिका आणि थोडंसं पाणी-बस्स!

पण मला घाई करायला हवी होती. सेकंदासेकंदाला तो अभद्र आकार जवळजवळ येत होता. खाली माती हवी तेवढी होती; पण पाणी? ते कोठून आणणार? का त्यासाठी एखाद्या अंधाऱ्या घरात शोध घ्यावा लागणार होता? आणि त्या घरातच मी कोंडला गेलो म्हणजे? छे! छे! तो धोका टाळायलाच हवा होता. मला उघड्यावरच राहायला हवं होतं. धावपळीची वेळ आली तर निदान दाही दिशा मोकळ्या तरी असतील.

पाणी! पण समजा- पाणी मिळालंच नाही तर- आणखी काय वापरता येईल?

एखाद्या विजेसारखी ती कल्पना माझ्या मनात आली.

रक्त! माझं रक्त! ते तर हवं तेवढं उपलब्ध होतं ना?

एकदा कल्पना मनासमोर आल्याबरोबर तिच्या अंमलबजावणीसाठी मी मार्ग शोधायला लागलो. हाताला छेद देण्यासाठी काहीतरी धारदार हवं होतं. पत्र नाही-पण काच! काचांचा तर खिडक्यांबाहेर खच पडला होता. एका खिडकीखालच्या काचेचा अणकुचीदार तुकडा मी उचलला, कपड्यांवर पुसून पुसून साफ केला. खाली बसलो, समोर मूठभर माती जमवली आणि काचेच्या धारदार बाजूने अंगठ्याखालच्या मांसल भागाला हलकेच छेद दिला. रक्ताची धार लागली. ती धार मातीवर धरली. माती ओली झाल्यावर अंगठ्याची जखम शेजारच्या बोटाने घट्ट दाबून धरून तो हात डोक्यावर धरला. मातीच्या ओल्या गोळ्याला शाळुंकेचा आकार दिला आणि ती शाळुंका उजव्या हाताच्या तळहातावर ठेवली.

"कुठे आहेस? कुठे आहेस? इथेच कुठेतरी जवळ आहेस! तू माझ्या हातातून सुटणार नाहीस! मी तुला पकडणार! तुझं शरीर ताब्यात घेणार!"

मी शाळुंका बनवण्यात गर्क असताना तो धुरकट -नीळसर ज्वाळांचा आकार अगदी माझ्याजवळ येऊन पोहोचला होता. तिथे तो थांबला.

माझी त्याच्याकडे पाठ होती. पाठीमागून आवाज आला - "सापडलास शेवटी!" तो आवाज मदोन्मत्त झाला होता.

मनाशी विचार केला, कदाचित हा माझ्या आयुष्यातला शेवटचा क्षण असेल. साक्षात मृत्यूच माझ्या भेटीला आला असला तर मी त्याच्याकडे अशी भेदरटासारखी पाठ फिरवणार नाही. निधड्या छातीने, उजळ माथ्याने, अभिमानाने त्याला सामोरा जाईन.

आजवर मी कधी देवाची पूजाअर्चा, प्रार्थना केलेली नव्हती. माझ्या स्वतःच्या कर्तृत्वावरचा, शक्तीवरचा, कौशल्यावरचा माझा अभिमान अस्थानीही असेल; पण म्हणजे मी नास्तिक तर खासच नव्हतो. हातातल्या शाळुंकेवर मी नजर एकाग्र केली.

देवा! मी मनाशी विचार केला - तुझ्याशी माझं मन, माझे विचार, सर्वकाही पारदर्शक आहे. जाणूनबुजून मी कोणाचं वाईट चिंतिलेलं नाही. कोणाचाही विश्वासघात केला नाही. स्वार्थासाठी कोणाचाही बळी दिला नाही. माझ्या

आजवरच्या आयुष्याचा मला अजिबात पश्चात्ताप होत नाही. तुझ्या साक्षीनेच मी मृत्यूला सामोरा जात आहे.

मी सावकाश सावकाश वळलो.

माणसाच्या उंचीची लवलवती धुरकट नीळसर फडफडती ज्योत समोर होती. जवळीक दाहक होती, तशीच बधिर करणारी होती. एखादा शक्तिवाहक जवळ असला की, ज्याप्रमाणे केस शहारून ताठ उभे राहतात तसे ताठ उभे राहिले होते.

माणसासारखे नेत्र, कर्ण, स्पर्श इत्यादी जाणणारे अवयव त्याला होते का नाही मला माहीत नाही; पण एक प्रकारच्या अधीरतेने त्याने माझ्यावर झडप घातली. त्याच्या फडफडत्या शरीरात मला सामावून घेण्यासाठी.

माझ्या उजव्या हातावरची शाळुंका त्याच्या अंतरंगात घुसली. पुढच्या एका क्षणात कितीतरी गोष्टी घडल्या.

माझ्या हातावरची ती शाळुंका सोनेरी प्रकाशाने लवलवायला लागली आणि मग एक अगदी निःशब्द स्फोट झाला. त्या शाळुंकेतून लक्षावधी सोनेरी शलाका बाहेर फेकल्या गेल्या. एक अतिशय आर्त, दीर्घ किंकाळी माझ्या कानांवर आली. समोरच्या लवलवत्या, फडफडत्या, धुरकट नीळसर आकृतीची राख राख होऊन गेली.

आणि एक मोठा धक्का बसून मी मागे फेकला गेलो.

मला जेव्हा शुद्ध आली तेव्हा मला दिसलं की मी डायनिंग टेबलावर डोकं टेकवून बसलेलो आहे आणि टेबलावरच्या दुसऱ्या बाजूच्या खुर्चीपाशी भद्रसेन खाली फरशीवर अस्ताव्यस्त पडला होता आणि मग मला माझ्या डाव्या हाताच्या अंगठ्यातला ठणका जाणवला. मी हात समोर आणला. अंगठ्याला जखम होती आणि जखमेतून रक्तस्राव होत होता. मी उजवा हात समोर आणला. हाताला लाल - काळ्या मातीचे ओले डाग होते.

माती आणि रक्त यांचं मी बनवलेलं शिवलिंग!

म्हणजे ते सर्व खरं होतं! भास नव्हता! स्वप्न नव्हतं ।

मी खरोखरच त्या भयाण, ओसाड, भग्न शहरात भटकलो होतो आणि माझ्या पाठलागावर खरोखरच ती अभद्र, घातकी, नीळसर ज्योतीची आकृती आली होती.

आणि हे सर्व व्हायला किती वेळ लागला होता?

माझी नजर मनगटावरच्या घड्याळाकडे गेली. दुपारचे तीन वाजले होते. म्हणजे त्या अज्ञात शहरात जवळजवळ दोन तास होतो. रियल टाइम! आणि दैवाची खैर म्हणून सहीसलामत परत आलो होतो.

आणि भद्रसेन? टेबलाला वळसा घालून मी त्याच्यावर वाकलो. त्याच्या मानेला स्पर्श करण्याआधीच माझी खात्री झाली होती - तो गतप्राण झाला आहे.

आमच्या दोघांपैकी कोणीतरी एकच परत येणार होता.

आणि ज्या भयानक प्रदेशात त्याने आजवर अनेकांच्या आत्म्यांना डांबून टाकलं होतं त्या प्रदेशातच शेवटी तोही बंदिवान झाला होता. एक धुरकटलेली नीळसर ज्योतीची आकृती बनून तोही त्या बिनदारा-खिडक्यांच्या पडक्या घरांतून वावरणार होता. अपवित्र, भ्रष्ट झालेल्या मंदिरात इतरांबरोबर हेल काढून रडणार होता.

मी त्याला सरळ निजवला, एक चादर त्याच्यावर पसरली.

डायनिंग टेबलावरचा सर्व पसारा आवरून टाकला.

ग्यानसिंग साडेसात वाजता आला तोपर्यंतचा वेळ अतिशय कंटाळवाणा गेला. ग्यानसिंग आल्याआल्या मी त्याला पांढऱ्या चादरीखालचा तो निश्चेष्ट देह दाखवला. "आपले पाहुणे!" मी म्हणालो, "आज दुपारी जेवण घेऊन ते हात धुण्यासाठी उठत होते तोच त्यांना जबरदस्त अटॅक आला. पाहता पाहता ते खाली कोसळले. पाच सेकंदात सर्व खेळ खलास! "

शेवटी अगदी जयरामलासुद्धा मला हीच हकीकत सांगावी लागणार होती. खरी गोष्ट सांगायला गेलं तर कोणाचा विश्वास तरी बसणं शक्य होतं का?

"तुमच्या साहेबांचा नंबर तुमच्यापाशी असेल, नाही का?" मी त्याला विचारलं. "त्यांना फोनवर ही बातमी सांगा. मग ते ठरवतील काय करायचं ते."

स्वतःशीच मान हलवत ग्यानसिंग गेला.

आणखी एक जरासं अप्रिय काम करायचं बाकी होतं.

हा भद्रसेन साधा असामी नव्हता. जीवनाच्या अगदी अखेरच्या क्षणापर्यंत त्याने नाना क्लृप्त्या लढवून स्वतःचा बचाव करण्याचा आटोकाट प्रयत्न केला होता. तसा मी म्हणजे काही साधा नाही; पण चार तासांच्या आत दोन वेळा त्याने पाहता पाहता मला उल्लू बनवलं होतं. केवळ दैवाची साथ मिळाली म्हणून मी सहीसलामत परत आलो होतो.

नाहीतर - नाहीतर एक महावीर आर्य परत आला असता; पण त्याच्या अंतरंगात एक कपटी, विषारी, व्यभिचारी, संपूर्ण दुष्ट अस्मिता वावरत राहिली असती.

अनेक महत्त्वाच्या वर्तुळात मला मुक्त प्रवेश आहे. अनेक भल्याभल्या माणसांचा माझ्यावर पूर्णविश्वास आहे. या भद्रसेनने या साऱ्याचा कसा आणि किती गैरफायदा उठवला असता याची मला पुरेपूर कल्पना होती. त्याने माझ्यावर जो सैतानी प्रयोग केला होता त्याची काही प्रमाणात भरपाई करून घेण्याचा मला पूर्ण हक्क होता.

ग्यानसिंग गेल्यावर मी भद्रसेनच्या शरीरावरची चादर दूर केली आणि त्याच्या कपड्यांची, शरीराची संपूर्ण तपासणी केली. कॉलरमध्ये, बटणपट्टीच्या आत, मांड्यांना ॲडेसीव्ह टेपने चिकटवलेल्या अशा सहा चपट्या पुड्या मला सापडल्या. वेगवेगळ्या रंगांच्या कागदाच्या पुड्या. हीच त्याने सिद्ध केलेली जालिम रसायनं. एकाचा सिगरेटमध्ये वापर करून त्याने मला पाहता पाहता गुंगीत घातलं होतं. दुसऱ्याचा खाद्यपदार्थात किंवा पाण्यात मिसळून मला त्याने अशा अवस्थेत घातलं होतं की माझं शरीर आणि माझी अस्मिता एकमेकांपासून अलग झाले होते. बाकीच्या रसायनांमध्ये आणखीही विलक्षण गुणधर्म असण्याची शक्यता होती. मी ती सर्व रसायनं माझ्यापाशी ठेवणार होतो. कणाकणाने वापर करून कशात काय गुणधर्म आहेत याचा अभ्यास करणार होतो. माझं आयुष्यच अशा काही वळणांवरून जातं की, अशा साधनांची मला अगदी अमूल्य मदत होण्यासारखी होती.

रात्री नऊ वाजता जयराम हजर झाला. त्याच्याबरोबर त्याचे दोन साथीदार आणि एक डॉक्टर होते. डॉक्टरांनी भद्रसेनची तपासणी केली. "आता मृत्यूला

सातआठ तास होऊन गेले आहेत," ते म्हणाले, "या आधी तपासणी करता आली असती तर चांगलं झालं असतं; पण मला तरी एकूण लक्षणं मॅसिव्ह हार्ट अटॅकची वाटतात."

विशेष म्हणजे डेथ सर्टिफिकेटचा विषयही कोणी काढला नाही.

जयरामबरोबरच्या दोघांनी भद्रसेनचा मृतदेह उचलला आणि ते निघून गेले. पाच-सात मिनिटांनी डॉक्टरही गेले.

"वेल महावीर," जयराम म्हणाला, "मोठा अनपेक्षित शेवट झाला नाही का?"

मी असह्यपणे दोन्ही हात हवेत दोन्ही बाजूंना पसरले. या हुशार माणसाशी अगदी कमीत कमी बोलण्याचं मी ठरवलं होतं. आपण काही सांगत असतो; पण आपली देहबोली काही वेगळंच दाखवीत असते.

"आपण त्याला अगदी वेळेवर बाहेर काढला," जयराम म्हणाला, माझ्या कानांवर आलं आहे की, दहाच्या सुमारास दहा-अकरा लोकांनी पोलीस स्टेशन स्टॉर्म केलं. अर्थात ते रिकाम्या हातांनीच परत गेले. भद्रसेन लॉकअपमध्ये नव्हताच." स्वतःशीच मान हलवत जयराम म्हणाला, "या भद्रसेनकडून खूप महत्त्वाची माहिती मिळवता आली असती."

"आणि ती राजीखुशीने दिली असती असं तुला वाटतं?"

"मार्ग असतात, महावीर, मार्ग असतात." जयराम आत्मविश्वासाने बोलत होता. "मधल्या चार-पाच तासांत तुमच्यात काही बोलणं झालं का?"

"माझ्या पूर्वायुष्याची हकीकत ऐकायला तो अगदी अधीर झाला होता."

"असं? छे! मी जायलाच नको होतो; पण मला तरी तो अगदी चिवट वाटला होता. असे काही होईल याची मी अजिबात कल्पना केली नव्हती."

मी काहीच बोललो नाही. जयराम माझ्याकडे नवलाने पाहत होता.

"महावीर," शेवटी तो म्हणाला, "तू असा गप्प का? आज पहाटेपासून तू एका विलक्षण नाट्यपूर्ण घटनेत सामील झाला आहेस; पण हा भद्रसेन कोण, त्याला ताब्यात घेण्यासाठी आमचा आणि त्या दुसऱ्या ग्रूपचा एवढा आटापिटा का - एकाही गोष्टीबद्दल तुला अजिबात कुतूहल कसं वाटत नाही?"

"जयराम, तुला आधीच सांगितलं आहे, या क्लोक ॲण्ड डॅगरच्या खेळात मला अजिबात इन्व्हॉल्व्ह व्हायचं नाही असं मी ठरवलं आहे."

"तू माझ्यापासून काही लपवत नाहीस ना?" जयराम विचारत होता.

"जयराम, तुझ्यापासून लपवण्यासारख्या अनेक गोष्टी आहेत आणि तुलाही ते माहिती आहे." मी हसत म्हणालो.

"महावीर, कम ऑन! मी तुझा मित्र आहे! माझी खात्री आहे, गोष्टी वाटतात तितक्या सोप्या नाहीत. कम ऑन!"

"तुझं कशाने समाधान होईल?" शेवटी मी उसन्या रागाने म्हणालो, "तुला एखादी अफलातून कथा रचून सांगू? या भद्रसेनने मला बेसावध गाठले, माझा जीव घेण्याचा प्रयत्न केला; पण मी, महावीर आर्य -त्याला कल्पना नव्हती आपण कोणाविरुद्ध संघर्षासाठी ठाकलो आहोत. माझ्या विलक्षण सामर्थ्याचा आणि कल्पकतेचा वापर करून मी त्याचा डाव त्याच्यावरच उलटवला आणि अखेर त्यालाच आपले प्राण गमवावे लागले. असं काही सांगितलं तर तुझा विश्वास बसेल?"

"तुझ्या बाबतीत मी काहीच अशक्य मानणार नाही." जयराम अगदी गंभीरपणे बोलत होता. माझा फालतू जोक; पण तो जोक म्हणून घेतच नव्हता. "फार डेंजर माणूस!" जयरामने एकदम कपाळावर हात मारून घेतला. "अरे! अगदी साधी गोष्ट मी कशी विसरलो!"

"काय रे ?"

"अरे, त्या भद्रसेनची तपासणीसुद्धा केली नाही आणि आता काही उपयोग नाही. त्यांना त्यांच्या सूचना दिल्या आहेत. ते त्याच्या मृतदेहाची पार विल्हेवाट लावून टाकतील. त्याचं नखसुद्धा परत दिसणार नाही."

"पण जयराम, तो पोलीसकस्टडीत होता ना? अरे, पोलिसांनी त्याची अगदी कसून झडती घेतलेली असणारच की!"

"आपले पोलीस!" तो उपहासाने म्हणाला, "पाहीन - पाहीन - त्याच्या काय चीजवस्तू स्टेशनमध्ये ठेवल्या आहेत ते पाहीन - त्याच्या त्या जुनाट वाड्यातही पार खालपासून वरपर्यंत शोध घ्यायला हवा.

"जयराम! तू आणि तुझे शोध! खुशाल चालू राहू देत! कारण ते तुझं आयुष्यच आहे. आता मला मोकळा करशील का?"

"अर्थात! मी तुला तुझ्या इच्छेविरुद्ध थांबवू शकत नाही, महावीर. पण बघ! काही दिवस तरी आमच्याबरोबर येशील का?"

“तुला मदत करायची ऑफर मोठ्या हौसेने दिली आणि शेवटी सोबतीला कोण आलं? एक कलेवर! मला माफ कर, जयराम. प्लीज लेट मी गो!”

“ठीक आहे. गाडीतून सोडू का?”

“नको. तुझे व्याप तुझ्यामागे आहेत. माझ्यासाठी विनाकारण वेळ वाया घालवू नकोस. मी निघतो आणि एका विलक्षण नाट्यपूर्ण अनुभवातून जाण्याची संधी दिलीस त्याबद्दल मी आभारी आहे. जातो मी.”

माझी खात्री आहे जयरामचं समाधान झालं नव्हतं. माझ्या जागी इतर कोणी असता तर संपूर्ण उलटतपासणी केल्याखेरीज जयरामने त्याला जाऊ दिलं नसतं; पण अर्थात माझी गोष्ट वेगळी होती. मैत्रीचे, शिष्टाचाराचे काही संकेत (!) होते. ते त्याला पाळावेच लागले. शेवटी एक हात हलवून त्याने मला निरोप दिला.

५

महावीर बोलायचा थांबला. त्याच्या खुणेसरशी माणसाने त्याच्यासाठी माईल्ड बीयरची बाटली आणि मोठा ग्लास आणला. ग्लासमधली फसफसती बियर घोटाघोटाने घेत महावीर आमच्याकडे आळीपाळीने पाहत होता.

मी मागे एकदा सांगितलंच आहे -या महावीरच्या गोष्टी अशाच असतात. विश्वास ठेवायलाही कठीण आणि न ठेवायलाही कठीण!

बीयरचा ग्लास टीपॉयरवर ठेवत महावीर म्हणाला, “मला उघड दिसतंय - तुमच्यापैकी काहींचा माझ्या सांगण्यावर विश्वास बसलेला नाही. हे पाहा.” त्याने आपला डावा हात आमच्यासमोर धरला. आंगठ्याच्या मांसल भागावर चांगल्या अर्ध्या इंच लांबीचा जखमेचा एक वण होता. “आणि हे पाहा.” त्याने खिशातून एक प्लॅस्टिक पारदर्शक पिशवी काढली. पिशवीत वेगवेगळ्या रंगांच्या कागदात बांधलेल्या पाच-सहा अतिशय पातळ पुड्या होत्या.

“कोणाची इच्छा आणि तयारी असेल तर त्याला त्या पुड्यातील रसायनांचे गुणधर्म प्रत्यक्ष अनुभवता येतील.” महावीरच्या चेहऱ्यावर एक मंद हास्य होतं.

"पेटत्या मेणबत्तीवर यातल्या एकीतलं कणभर रसायन टाकलं तरी समोरचा पाहता पाहता गुंगीत जातो. आणखीही एक आहे - पाण्याबरोबर यातली एक चिमूटभर पावडर पोटात गेली तरी घेणारा इथेच निश्चेष्ट पडेल; पण त्याचा आत्मा मात्र एका भलत्याच दुनियेत इतस्ततः भरकटत असेल आणि ही तिसरी पुडी- "

"पुरे! पुरे!" फाटक, आमचे सर्वांत सीनिअर मेंबर म्हणाले, "आर्य, तुम्हाला माहिती आहे, कोणीही हे असले प्रयोग स्वतःवर करून घ्यायला तयार होणार नाही. तुम्ही आणि तुमच्या कहाण्या!"

"फाटक, मला असं म्हणायचं आहे-" महावीर हसत म्हणाला.

"पुरे! पुरे! तुम्हाला काय म्हणायचं आहे ते आम्हाला चांगलं समजलं आहे. काय? मी म्हणतो आहे ते बरोबर आहे की नाही?" फाटकांनी आम्हा सर्वांवरून नजर टाकली. कोणीही त्यांचे शब्द खोडून काढले नाहीत. ❑

सूर्यमंडळ

मंडलिकांची नावाची आद्याक्षरं टी टी अशी होती. कॉलेजमध्ये असतानाच कोणीतरी गमत्या मित्राने त्यांना तात्या ही उपाधी दिली होती आणि ती त्यांना जन्माचीच चिकटली होती. त्यांना सर्वजण तात्या मंडलिक याच नावाने ओळखत.

बी.कॉम. झाल्यावर तात्यांनी सेक्रेटरियल प्रॅक्टिसचा कोर्स केला होता. सुरुवातीला जी मिळाली ती नोकरी स्वीकारली होती; पण खाजगी क्षेत्रात एकाच नोकरीत सहसा कोणीही वर्षानुवर्षे राहत नाही - बदल हा खाजगी नोकरीचा स्थायीभाव असतो. नोकऱ्या बदलता बदलता आता बावन्नाव्या वर्षी तात्या एका ख्यातनाम लिमिटेड कंपनीत असिस्टंट चीफ सेक्रेटरी या हुद्द्यावर होते. निवृत्त होण्यापूर्वी कदाचित त्यांना चीफ सेक्रेटरीचं पदही मिळण्याची शक्यता होती.

जेव्हा फ्लॅटच्या किमती शे-सव्वाशे रुपये चौरस फूट होत्या तेव्हा तात्यांनी एक मोठा फ्लॅट विकत घेतला होता. बांधकाम चांगलं होतं, परिसर चांगला होता, रेसिडेन्सीयल होता आणि बहुधा तसाच राहणार होता. ते, त्यांची पत्नी आणि एकुलती एक कन्या - रेखा. पत्नीचं अचानक निधन झालं नसतं तर तात्यांनी स्वतःला भाग्यवान मानलं असतं; पण ते व्हायचं नव्हतं. शेवटी आल्या परिस्थितीशी माणसाला काहीतरी तडजोड करावीच लागते. काही यशस्वीपणे करतात, काहींना ते जमत नाही.

सकाळी चहासाठी एकत्र आल्यावर आणि संध्याकाळी ऑफिसमधून परत आल्यावर पत्नीच्या सहवासातले तास -दोन तास म्हणजे तात्यांचा दिवसातला सर्वोत्तम वेळ. दोघांनाही जवळचे नातेवाईक नव्हते - तेव्हा दोघं अपरिहार्यपणे

एकमेकांत संपूर्ण गुरफटून गेले होते. त्यांच्यात कधी भविष्याविषयी चर्चा होई तेव्हा ते गृहीत धरून चालत असत की रेखाचा विवाह होऊन ती आपल्या संसारात रमली आहे आणि तात्या पत्नीसह भारतातल्या अनेक पर्यटनांच्या सहलीवर जात आहेत - आणि त्यात गैर आणि अशक्य असं काय होतं?

पण नजरेसमोरचं संसाराचं हे आकर्षक चित्र एकाएकी तडकलं होतं. तडा गेलेला काचेचा भाग अतिशय धारदार असतो. जरा वेडावाकडा स्पर्श झाला की, रक्ताची धार लागते - तशीच जखम तात्यांच्या मनाला झाली होती. एकेक साधी आठवणसुद्धा ती जखम पुन्हा वाहती करायला पुरेशी होती. अशा अनपेक्षित आपत्तीच्या ओझ्याखाली काही मनं चुरमडून जातात - तर काही ठिसूळ बनतात - तर काही कठीण होतात आणि हे बदल बाहेरून दिसत नाहीत.

तात्यांचा आर्थिक उलाढालींशी सतत संबंध असायचा. बाजारातील उघड आणि छुप्या प्रवाहांची त्यांना चांगलीच जाण होती. त्यांनी गुंतवणुका केल्या होत्या त्या अत्यंत सावधपणे आणि अगदी डोळसपणे केल्या होत्या; पण आता दहा किंवा वीस किंवा पन्नास लाख रुपये - त्यांना सर्व सारखंच होतं. निवृत्त झाल्यानंतरच्या दिवसातल्या देश -परदेशच्या सहलींसाठी त्यांनी ही पुंजी जमा केली होती. आता काय? त्यांना सर्व जागा सारख्याच होत्या.

आईच्या अचानक निधनाचा रेखावर काय परिणाम झाला होता? त्या दोघींचे परस्परसंबंध कसे होते? तात्यांना जाणवलं, आपण याबाबतीत अगदी अनभिज्ञ आहोत. रेखाची सर्व जबाबदारी पत्नीवर टाकून ते मोकळे झाले होते. आता या एकवीस -बावीस वर्षांच्या युवतीशी कसं वागायचं हेच त्यांना उमगत नव्हतं. शेवटी एका रविवारी सकाळी चहानंतर त्यांनी हा विषय काढला.

"रेखा, जरा बसतेस का? मला तुझ्याशी काही बोलायचं आहे."

"बोला ना बाबा," रेखा म्हणाली. तात्यांनी तिच्याकडे पाहिलं. जणूकाही प्रथमच ही आपल्यासमोर येत आहे असा त्यांना भास झाला. कारण ती त्यांना खऱ्या अर्थाने परकी होती. तिचे छंद काय आहेत, आवडीनिवडी काय आहेत, स्वतःच्या भवितव्याबद्दल तिच्या काय अपेक्षा आहेत, भावी आयुष्यावर तिने काही विचार केला आहे की नाही - त्यांना यातलं काहीही माहीत नव्हतं. कदाचित हे चूक असेल; पण ती चूक सुधारण्याची पहिली संधी ते घेणार होते.

"रेखा, तुझी आई गेली आणि मागे आपण दोघंच्या दोघं उरलो आहोत. पिता या नात्याने माझ्याकडून ज्या काही गोष्टी व्हायला हव्या होत्या त्यांच्यात त्रुटी राहिली आहे हे मला मान्य आहे; पण त्यामागे एक महत्त्वाचं कारण आहे. तुझी सर्व जबाबदारी तुझ्या आईने किती समर्थपणे पेलली होती! त्यात हस्तक्षेप करण्याची मला कधीही आवश्यकता वाटली नाही; पण आता कशी चमत्कारिक परिस्थिती आली आहे पाहा! तू आणि मी, पिता आणि कन्या - एकमेकांना किती परके आहोत! तू बी.कॉम.च्या शेवटच्या वर्षाला आहेस, एवढंच मला माहीत आहे. तुझ्या कॉलेजचं नाव मला माहीत नाही. तू काही खेळ खेळतेस का, जिमला जातेस का, गायन-वादन-चित्रकला-अभिनय-हायकिंग-ट्रेकिंग-पोहणे यापैकी कशाची तुला आवड आहे, यापैकी एखाद्या तरी कलेत तू नैपुण्य मिळवलं आहेस का - मला काहीही माहिती नाही.

"रेखा, मी एक तुझ्याशी मोकळेपणाने, प्रेमाने, आपुलकीने वागलो नसेन; पण तू? तुझ्या मित्र-मैत्रिणीच्या घरी तू जात असशील, तिथलं वातावरण, परस्परसंबंध पाहत असशील- आपल्या दोघांतला हा जवळजवळ अबोलाच - तुला त्यात काही विशेष वाटलं नाही? तू तुझ्या आईपाशी यासंबंधात काहीही कधी बोलली नाहीस?"

जराशी हसत रेखा म्हणाली, "बाबा, मी आईशी यावर कितींदा तरी बोलले आहे - ती म्हणायची, संसार चालवायचं काम ते करताहेत ना? तुझं सर्वकाही पाहण्याचं काम मी करते आहे ना? प्रत्येकाला सगळं आलंच पाहिजे आणि प्रत्येकाने सगळं केलंच पाहिजे, असा काही नियम नाही ना? तुझी काही तक्रार नाही ना?"

"रेखा, इतके दिवस चालत होतं कारण तुझी आई होती; पण आता आपल्याला काहीतरी कायमची व्यवस्था करावी लागेल नाही का? आधी तुझा पॉकेटमनी, तुझी आईच तुला काहीतरी देत असणार नाही का?"

"बाबा, तुम्ही नाही नाही त्या गोष्टींची अजिबात काळजी करत बसू नका. आईने माझ्या नावावर अकाउंट उघडले आहे, मला एटीएम कार्ड दिलं आहे- "

"पण रेखा," तात्या जरा चाचरतच म्हणाले, "तुझ्या आईने तुला कधी हिशेब विचारला नाही? खर्चावर काही मर्यादा घातली नाही?"

"बाबा, माझ्या कॉलेजच्या फीज, माझी पुस्तके, माझे कपडे, माझ्या इतर वस्तू, सर्वकाही मी त्या अकाउंटमधूनच खर्च करीत होते - "

तात्या काही वेळ जसे काही बोलले नाहीत तशी रेखा जरा चढ्या आवाजात म्हणाली, "बाबा, तुम्ही माझ्यावर माझी जबाबदारी सोपवायलाच हवी. मी काही आता लहान राहिले नाही."

"ते मला माहीत आहे, रेखा; पण एक गोष्ट विसरून चालणार नाही. काही काही निर्णयांचे फार दूरगामी परिणाम होतात. आपल्या समाजात किंवा दोघांच्या मानसिकतेत फारसा बदल झालेला नाही. तुमच्या तरुण पिढीने जुनी मूल्ये, जुने संकेत, जुन्या चालीरीती, श्रद्धा सर्वकाही झुगारून दिलेलं आहे. नव्या नीतीच्या कल्पना, नवे सोर्स स्वीकारले आहेत. आमच्या मागच्या पिढीला ते पसंत आहे का नाही, मान्य आहे का नाही, हा प्रश्न इथे गैरलागू आहे - कारण आयुष्य आम्हाला नाही, तुम्हाला जगायचं आहे. माझे शब्द तुला बोअरिंग वाटतील - वाटू देत. रस्त्यावर धोक्याचे इशारे देणारे फलक लावलेले असतात - पुढे रस्ता अरुंद आहे, पुढे घाट आहे, पुढे शार्प टर्न आहे, पुढे रस्ता खराब आहे - वाहन चालवणाराने त्या खुणांकडे लक्ष दिलंच पाहिजे असा काही नियम नाही; पण ते फलक त्याच्या सुरक्षिततेसाठीच असतात. अशाच काही गोष्टी मी तुला आता सांगणार आहे. तुला त्या ऐकून घ्याव्याच लागतील. तेव्हा नीट ध्यान देऊन ऐक.

"रेखा, तुझ्याखेरीज मला इतर कोणीही नाही. तुला कल्पना आहे का नाही मला माहीत नाही; पण तुला कल्पना देऊन ठेवतो. माझ्यानंतर माझ्या स्थावर - जंगम अशा सर्व प्रॉपर्टीची तूच मालक होणार आहेत. हा ब्लॉक, तुझ्या आईचे दागिने, माझ्या वेगवेगळ्या बचती - हा आकडा निदान कागदोपत्री तरी सहज पन्नास लाखांपर्यंत पोहोचणार आहे. तशी आजच्या दिवसांत ही काही फार मोठी रक्कम नाही; पण काही काही बुभुक्षितांच्या तोंडाला या रकमेने पाणी सुटण्याची शक्यता नक्कीच आहे."

"बाबा, तुमच्या बोलण्याचा रोख मला समजत नाही."

"समजेल ना - मी अगदी साध्यासोप्या, स्पष्ट शब्दांत तुला सांगणारच आहे. तू दिसायला सुंदर आहेसच आणि बऱ्यापैकी श्रीमंत होणार आहेस. तुझ्यापाशी हे दोन मोठे प्रभावी ॲसेट असणार आहेत. कदाचित प्रत्येक क्षणी तुला त्यांची जाणीवही असणार नाही; पण शिकाऱ्यांच्या नजरा सतत सावज

शोधत असतात. अशाच एखाद्याचं तू भक्ष्य बनू नयेस अशी माझी मनापासूनची इच्छा आहे. समजलं का?"

"नाही, बाबा."

"मैत्रीचा, दोस्तीचा, प्रेमाचा आव आणून तुझ्याभोवती अनेक जण पिंगा घालायला लागतील - त्यांच्यापासून तुला सावध राहायला हवं. मी तुझ्या भावी आयुष्याबद्दल बोलत आहे, रेखा. आज ना उद्या तुला तुझ्या विवाहाचा विचार करावा लागणारच आहे. तुझी पत्रिका आणि फोटो घेऊन तथाकथित चांगल्या स्थळांकडे जाणं हे आता जवळजवळ कालबाह्य झालं आहे - निदान मोठ्या शहरात तरी... आणि ते मला जमणारही नाही. शेवटी हा प्रश्न तुझा तुलाच सोडवावा लागणार आहे."

"लग्न? बाबा, तुम्ही विषय कोठच्या कोठे नेऊन पोहोचवलात!"

"पण त्यात अनैसर्गिक असं काय आहे? तू काही आजन्म अविवाहित राहणार नाहीयेस ना? मग आज ना उद्या तुला हा विचार करावा लागणारच आहे. आजकाल सर्वच गोष्टी अगदी लाइटली घेण्याची फॅशनच झाली आहे. चुलत -आते -मामे भावंडं तर राहूदेतच - अगदी घरच्या सख्ख्या माणसांच्या भावनांचीसुद्धा कदर केली जात नाही. जुन्या चालीरीती, जुने पारंपरिक सण मोडीत काढले जात आहेत. सगळा जमाना हाय-बाऊचा झाला आहे. ते पसंत नसलं तरी माझ्या आवडीनिवडी मी तुझ्यावर लादणार नाही, रेखा. तुझं आयुष्य तू आपल्या मनासारखं जगायला स्वतंत्र आहेस." मग तात्या जरासे हसत म्हणाले, "पहिल्याच समोरासमोर झालेल्या बैठकीत एवढा मोठा बोधामृताचा डोस - म्हणजे जरा जास्तच नाही का? पण गेले दोन-तीन दिवस मी बेचैन होतो - मनातले विचार तुझ्या कानावर घालायलाच हवेत असं सारखं वाटत होतं - शेवटी ते मी आता केलं. ठीक आहे. आता रोजच्या व्यवहारासंबंधांत. घरातला सर्व व्यवहार तुझ्या आईने इतका काही व्यवस्थित सांभाळला होता की, आतापर्यंतच्या इतक्या वर्षांत मला घरातल्या एकाही गोष्टीकडे लक्ष द्यावं लागलं नाहीये. एका अर्थाने बरं झालं. मला माझ्या कामावर संपूर्ण लक्ष एकाग्र करता आलं; पण दुसऱ्या अर्थाने वाईटच - कारण माझ्यावर एकाएकी संसाराच्या सर्व जबाबदाऱ्या येऊन पडल्या आहेत - आणि त्या निभावून न्यायला मी सर्वस्वी अपात्र आहे. तूच जर काही लक्ष घातलंस तर ठीक, नाहीतर सगळीच परवड होणार आहे."

"बाबा," रेखा जराशी हसत म्हणाली, "इतके अपसेट होऊ नका - आणि उद्याचं काय याची काळजीही करू नका. आपली सावित्री येते - धुणं, भांडी, साफसफाई यांचा तर काही प्रश्न नाही. जेवणाचा प्रश्न आहे. आजकाल अनेक सोयी आहेत. टेकआऊट पॅकेजेस मिळतात. घरपोच डबे पोहोचवण्याची सोय असते. पाहूया. काहीतरी व्यवस्था करूया. आपण उपाशी राहणार नाही एवढं नक्की."

रेखा गेल्यावर त्यांना वाटलं, आपल्या अपेक्षेपेक्षाही ही जास्त मॅच्युअर आहे, समजूतदार आहे आणि केपेबलही आहे.

२

सोमवारी संध्याकाळी तात्यांना घरी परत यायला बराच उशीर झाला. काही काही मीटिंग लवकर संपल्याच नाहीत. मीटिंग चालू असताना तात्यांनी आपला मोबाइल बंद ठेवला होता. चेअरमेन -डायरेक्टर यांना मोबाइल वापरण्याचं स्वातंत्र्य असतं; पण कंपनीच्या पगारी नोकरांना ते नव्हतं.

ते परत आले तेव्हा रेखा त्यांची वाटच पाहत होती.

"तुम्हाला खूपच उशीर झाला आज, बाबा," ती म्हणाली.

तात्यांना वाटलं, तिला विचारावं, तुला माझ्या जाण्यायेण्याच्या वेळा तरी माहिती आहेत का? त्याऐवजी ते म्हणाले, "झाला खरा उशीर. एक मीटिंग अपेक्षेपेक्षा बराच जास्त वेळ लांबली. मग साहेबांनी सगळ्यांसाठीच कॉफी - सँडविचेस मागवले - मग आणखी उशीर झाला; पण का? काही विशेष?"

"एक अजित पेडणेकर म्हणून तुमची भेट घ्यायला आले होते. बराच वेळ तुमची वाट पाहून शेवटी गेले. जाताना त्यांनी आपलं कार्ड देऊन ठेवलं आहे."

रेखाने हातातलं कार्ड त्यांच्याकडे केलं. तात्यांनी कार्ड घेऊन वाचलं.

सुबक सोनेरी अक्षरांत मजकूर होता -

अजित पेडणेकर

फ्री लान्स जर्नलिस्ट

आणि खाली त्यांचा फोन, फॅक्स आणि मोबाइल नंबर होते.

"जर्नलिस्ट? माझ्याकडे त्याचं काय काम असणार? काही बोलला?"

"तसा बोलत खूप होता - अर्थात हे बातमीदार म्हणजे बोलण्यात अगदी पटाईत असणारच; पण तुम्हाला का भेटायचं आहे यासंबंधात मात्र काही बोलला नाही; पण तो आज उद्या एवढ्यात तुम्हाला फोन करणारच आहे. मग समजेलच, हो की नाही?"

"हो, तेही खरं आहे," तात्या म्हणाले, "मी कपडे बदलून येतो हं."

पण त्यांच्या मनात विचार होता तो त्या अजित पेडणेकरचाच होता.

म्हणे फ्री लान्स जर्नलिस्ट! म्हणजे कोणत्याही संस्थेत नोकरी नाही. कोणालाही जबाबदार नाही. इन्व्हेस्टिगेटिव्ह जर्नलिझमच्या गोंडस नावाखाली परक्यांच्या खाजगी आयुष्यात नाकं खुपसायची. आजकाल या स्टिंग ऑपरेशनचं फॅड निघालं होतं. चोरून फोटो घ्यायचे. संभाषणं टेप करायची. एखादी व्यक्ती जरा ख्यातनाम झाली - त्यांच्या भाषेत सेलेबल - की यांची काकदृष्टी वळलीच तिच्यावर! त्या वार्ताहरांच्या एकूण जमातीबद्दल त्यांच्या मनात जरासा तिटकाराच होता; पण या अजित पेडणेकरला त्यांच्यात स्वारस्य का असावं? आजकाल ज्यांना मूव्हर्स अँड शेकर्स म्हणतात त्यांच्यापैकी तर ते नव्हते. हा अजित पेडणेकर बोलण्यात तर अगदी वाकबगार असला पाहिजे. रेखावर त्याने केवढी छाप पाडली होती!

रात्री नऊलाच अजित पेडणेकरचा फोन आला.

"मि. मंडलिक! "

"बोलतोय."

"मी अजित पेडणेकर."

"हो, मला समजलं - आज तुम्ही मला भेटण्यासाठी आला होतात."

"राइट, तुमची भेट झाली नाही; पण हरकत नाही. तुम्ही तुम्हाला सोयीची अशी एखादी वेळ सुचवू शकता का?"

"अं, पेडणेकर, तुम्ही म्हणे वार्ताहर आहात?"

"बरोबर."

"मग तुमच्या या भेटीमागचं कारण सांगू शकाल का?"

"फोनवर सांगणं जरा कठीण आहे, मंडलिकसाहेब. मी तुमचा जास्त वेळ घेणार नाही. जास्तीत जास्त दहा मिनिटं. तेवढा वेळ माझ्यासाठी काढू शकाल का? प्लीज?"

"काही हरकत नाही. आज संध्याकाळी? सातच्या सुमारास?"

"व्हाय नॉट? मी बरोबर सात वाजता तिथे हजर होतो - "

"ठीक आहे. या."

"आणि तुमचे आभार आहेत, मंडलिकसाहेब."

"ठीक आहे. या तुम्ही."

तात्यांनी फोन खाली ठेवला. जर्नलिझमचे कोर्सेस असतात - इतर विषयांबरोबर त्या कोर्समध्ये आवाज कमावण्याचंही शिक्षण देतात की काय? त्यांच्या मनात विचार आला. या पेडणेकरचा आवाज छाप पाडणारा होता, यात शंकाच नव्हती. दिवसभरात मधूनमधून त्यांना या संध्याकाळच्या भावी भेटीची आठवण येत होती.

अजित पेडणेकर आला तेव्हा तात्या आणि रेखा, दोघंही बाहेरच्या हॉलमध्ये होते. दार रेखानेच उघडलं. जराशी मागे सरत ती हसत म्हणाली, "या." तात्यांनी जरा अपेक्षेनेच दाराकडे पाहिलं. अजित पेडणेकरचं व्यक्तिमत्त्व छाप पाडणारं होतं, यात शंकाच नव्हती. पेहेरावात एक कॅज्युअलनेस होता - ते स्वाभाविक असेल किंवा ठरवून केलेलं असेल; पण उणीपुरी उंची, चांगला बांधा, चेहऱ्यावरचं हास्य - एक प्रभावी मिश्रण.

"या. बसा." तात्या म्हणाले.

"थँक्स! " म्हणत अजितने त्यांच्यासमोरची खुर्ची घेतली.

"काल तुम्ही म्हणे बराच वेळ माझी वाट पाहत थांबला होतात?"

"अर्थात चूक माझीच होती. तुम्हाला आगाऊ कोणतीही पूर्वसूचना न देता मी इथे आलो होतो - तेव्हा भेट झाली नाही तर तक्रार करण्याचा हक्क मला नाहीच."

"पण तुम्हाला माझी भेट घेण्याचं कारण मला समजत नाही."

"त्याचं काय आहे मंडलिकसाहेब - हे आमचं क्षेत्रच असं आहे की ठरवून काहीही करता येत नाही. एखादा शोध घेता घेता वाट एकदम एखाद्या अनपेक्षित प्रदेशात घेऊन जाते. सर्वसाधारण माणूस त्या गोष्टीकडे सहज दुर्लक्ष करील; पण आमची गोष्टच वेगळी आहे. आम्हाला तिकडे दुर्लक्ष करणं शक्यच नाही."

तात्यांना या अजितच्या बोलण्याचा रोख काय आहे, हे अजिबात समजलं नव्हतं; पण काही न बोलता ते त्यांच्या खुर्चीत शांतपणे बसून राहिले होते. एवढ्यातच या अजितबद्दल काहीही मत बनवायचं नाही, ते स्वतःशी विचार करीत होते; पण आपण हा विचार करतो आहोत यातच आपल्या मनात अजितबद्दल जरासं प्रतिकूल मत झालं आहे ही गोष्ट (निदान त्या वेळीतरी) त्यांच्या ध्यानात आली नाही.

"मी सारा तपशील सांगत बसून तुम्हाला बोअर करणार नाही, मंडलिकसाहेब. एवढंच सांगतो - शोध साधासोपा नव्हता आणि अजूनही तो पूर्ण झालेला नाही; पण माझी एक खात्री झालेली आहे - मी योग्य वाटेवर आहे. मंडलिकसाहेब, माझी जवळजवळ खात्री झालेली आहे की इथे, आपल्या शहरात, एक संघटना आहे. संघटना, संस्था, मंडळ, गट, वर्तुळ - त्याला काहीही नाव द्या; पण ती अस्तित्वात आहे. संघटनेचा संदर्भ राजकीय, आर्थिक, धार्मिक नाही. निकष काय आहेत, संस्था काय आहे, हेतू- धोरणं काय आहेत, केव्हा-कोठे-किती वेळा एकत्र येतात हे मला समजलेलं नाही; पण त्या संघटनेच्या अस्तित्वाबद्दल मात्र माझ्या मनात अजिबात शंका नाही."

"आताच्या क्षणापुरतं तुमचं म्हणणं ग्राह्य धरलं, तरीही माझा त्यात कोठे संबंध येतो, पेडणेकर? " तात्यांनी जरा नवलाने विचारलं.

"कारण त्यात तुमचा उल्लेख आहे, मंडलिकसाहेब." अजित म्हणाला.

अजितच्या शोधात जेव्हा प्रथम हा संदर्भ आला तेव्हा त्याने या मंडलिकांच्या संबंधात बाहेरून चौकशी केली होती. एकूण प्रस्थ बडं होतं. त्यांच्याशी जरा सांभाळूनच वागावं लागणार होतं. जरा दबकतच त्याने मंडलिकांच्या घराला भेट दिली होती - तिथे गाठ पडली होती रेखाशी. बाबा येतीलच, त्यांची येण्याची वेळ झालीच आहे, ती म्हणत होती. म्हणून या मंडलिकांची वाट पाहत तो त्यांच्या घरी बराच वेळ थांबला होता; पण तो वेळ अजिबात कंटाळवाणा गेला नव्हता - कारण सोबतीला ती रेखा होती. सुंदर, स्मार्ट, हजरजबाबी. दोघंही समवयस्क होते, एकाच पिढीतले होते, त्यामुळे सूर जुळायला अजिबात अडचण झाली नाही.

मंडलिकांच्याबद्दल त्याने मनात एक कल्पना केली होती. उण्यापुऱ्या उंचीचा, रुबाबदार व्यक्तिमत्त्वाचा, बुलंद आवाजाचा, अधिकार अंगात निसर्गतःच बाणलेला

असा एक करारी पुरुष; पण सत्य किती वेगळं होतं! हे मंडलिक तर अगदी साधे, मध्यमवयीन, मध्यमवर्गीय, जरा सोवळे गृहस्थ निघाले! त्यांना पाहताच त्याची भीड बरीचशी चेपली होती. त्याच्या व्यवसायाच्या निमित्ताने अजितला मोठमोठ्या प्रसिद्ध व्यक्तींची गाठ घ्यायची वेळ आली होती - उद्योगपती, शास्त्रज्ञ, राजकारणी, नट-नटी-दिग्दर्शक, स्पोर्टस् पर्सनलिटीज, साहसी मोहीमवीर - अशा भेटींच्या वेळी या लोकांना झुकतं माप द्यावंच लागे. तो प्रश्न इथे येणार नव्हता. 'त्यात तुमचा उल्लेख आला होता -' त्याने मंडलिकांना स्पष्ट शब्दांतच सांगितलं होतं. हे एक प्रकारचं धक्कातंत्रच होतं. मंडलिकांच्यावर या शब्दांचा काय परिणाम होतो, हे तो बारकाईने पाहत होता.

"अहो पेडणेकर, प्रत्येकाचेच - निदान जो माणूसघाणा नसतो, एकलकोंडं आयुष्य जगत नसतो अशाचे काही ना काही ग्रुप असतातच. माणूस हा समूहप्रिय प्राणी आहे, पेडणेकर. माझेही असे काही ग्रुप आहेत. पण त्यात विशेष असं काय आहे?"

"माझ्या कानांवर असं आलं आहे की त्या ग्रुपचं नाव सूर्यमंडळ आहे."

"हो. माझ्या एका ग्रुपचं ते नाव आहे खरं; पण ती आमच्यापैकीच एका कल्पक बुद्धीच्या मित्राने काढलेली शक्कल आहे. त्याचा परदेशात बराच प्रवास झालेला आहे. तिकडे रॉसिक्रूशियन्स, फ्रीमॅसनस, पिलग्रीम फादर्स, नाइट्स ऑफ दी राउंड टेबल, टेम्प्लर्स अशा नावांखाली अस्तित्वात असणाऱ्या अनेक संघटना आहेत - त्याला त्यापासूनच स्फूर्ती मिळाली असावी; पण मी जी नावं घेतली त्या संघटना अक्षरशः शेकडो वर्षांपासून अस्तित्वात आहेत - आमची तुलना त्यांच्याशी करू नका बरं का? आम्ही आपले मध्यमवर्गीय संसारी लोक! सरड्याची धाव कुंपणापर्यंत! काय?"

मंडलिकांनी संभाषणाला किती चातुर्याने कलाटणी दिली होती. गृहस्थ वाटतो तेवढा साधा नाही! पण त्यांनी निदान ते नाकबूल तरी केलं नव्हतं!

"अं, मंडलिकसाहेब, तुमच्या ग्रुपमधल्या आणखी एकदोघांची नावं सांगितलीत तर?"

तात्यांनी हसत हसत मान हलवली. नाही.

"तुम्हाला कदाचित हे वागणं बालिश वाटेल - आमच्या वयाला न शोभणारं वाटेल- " तात्या म्हणाले, "पण आम्ही आमचा ग्रुप, आमच्या ग्रुपचे सभासद,

आमच्या भेटण्याच्या जागा, भेटण्याच्या वेळा, भेटण्यामागचे हेतू हे सर्व आमच्यापुरतंच मर्यादित ठेवण्याचा निर्णय अगदी प्रथमपासून घेतला आहे. मला तर एका गोष्टीचं नवल वाटत आहे - तुमच्या कानांवर हे नाव आलं कसं? हे व्हायलाच नको होतं.”

“स्टेशन रोडवर गेल्या महिन्यात एक अपघात झाला होता. गाडीच्या धक्काने एक गृहस्थ जबर जखमी झाले होते. प्रत्यक्ष अपघात पाहणारांनी सांगितलं की तो अपघात नव्हता - जाणूनबुजून केलेला हल्ला होता. गाडी अगदी सावकाश येत आहे, असं पाहून ते गृहस्थ रस्ता ओलांडण्यासाठी फूटपाथवरून खाली उतरताच गाडीने एकदम वेग घेतला होता आणि त्यांना दणका देऊन गाडी सुसाट वेगाने निघून गेली होती. हिट ॲन्ड रनचा प्रकार. ते गृहस्थ जबर जखमी झाले होते. त्यांना मदत करायला गेलेल्यांपैकी एकाने पोलिसांना दिलेल्या जबानीत सांगितलं की, ते गृहस्थ दोनतीनच शब्द बोलले आणि मग त्यांची शुद्ध हरपली. ‘सूर्यमंडळ. आणि मंडलिकांना सांगा- ’ हे ते दोनतीन शब्द होते. त्या माणसाची खात्री नाही. कारण सगळीच धावपळ चालली होती. त्यांना रस्त्याच्या कडेला आणलं. कोणीतरी ॲम्ब्युलन्स बोलावली; पण त्याआधीच त्यांचा मृत्यू झाला होता. तपासात निष्पन्न झालं की त्या गृहस्थांचं नाव सोनावणे होतं.”

अजितची नजर तात्यांच्या चेहऱ्यावरून हलली नव्हती. तात्यांच्या कपाळावर आठ्या आल्या होत्या. “अस्सं.” ते म्हणाले, “म्हणून तुम्ही माझी भेट घेतलीत तर!” त्यांच्या आवाजातली नाराजी लपवण्याचा त्यांनी अजिबात प्रयत्न केला नाही.

“ती घटना कोणाचंही कुतूहल जागी करणारीच होती.” अजित म्हणाला, “पण सर्वसामान्य लोक आणि मी यांच्यात एक फरक आहे. कोणत्याही गोष्टीने माझी जिज्ञासा किंवा माझं कुतूहल जागं झालं तर मी गप्प बसत नाही, तिकडे दुर्लक्ष करत नाही. त्या घटनेमागे काय आहे, याचा छडा लावायचा प्रयत्न करतो. कधी कधी त्यातूनही एखादी अफलातून बातमी हाताशी येते. या सोनावणे प्रकरणावर तुम्ही काही प्रकाश टाकू शकाल अशी आशा धरून मी तुमची भेट घेतली आहे, मंडलिकसाहेब.”

“अं, पेडणेकर, तुम्हाला असं नाही वाटत तुम्ही अनेक गोष्टी गृहीत धरून चालला आहात?”

"तुमच्या शब्दांचा रोख मला समजला नाही, मंडलिकसाहेब."

"सांगतो ना. काही एका अपवादात्मक योगायोगाने तुमच्या कानावर काही गोष्टी आल्या. तुम्ही त्या गोष्टींचा तपास करायला लागलात. समजा, आणखी काही गोष्टी तुम्हाला समजल्या तर याचं पर्यवसान कशात होणार आहे? तुमचा यावर एखादं आर्टिकल वगैरे लिहिण्याचा विचार आहे का?"

"काही काही वेळेस ते जमून जातं."

"पण ज्याअर्थी एखादी माहिती काढायला तुम्हाला शोधाशोध करावी लागली त्याअर्थी संबंधितांना ती माहिती गोपनीयच राहावी असं वाटत होतं, हे उघड होत नाही का? समजा, तुम्ही एखादं आर्टिकल लिहिलं - त्यासाठी त्यांची परवानगी घेणार आहात का? तुमचा मसुदा त्यांना वाचायची संधी देणार आहात का? आणि त्यांनी समजा, विरोध केला, तर तुम्ही त्यांच्या विरोधाची कदर करणार आहात का?"

"मंडलिकसाहेब, अशी अडचण मला तरी आजवर आली नाही. उलट माझा तर असा अनुभव आहे की लोकांना प्रसिद्धी हवी असते, त्यांना प्रकाशझोतात यायला आवडतं."

"सर्वच तसे नसतात, पेडणेकर." तात्या म्हणाले, "आपण ही चर्चा इथेच थांबवू या. हे सोनावणे माझ्या चांगल्या परिचयाचे होते. सूर्यमंडळ हे आमच्या संस्थेचं नाव आहे. सोनावणे यांना अपघात झाला नव्हता, जाणूनबुजून त्यांची हत्या करण्यात आली होती, हेही मला माहीत आहे; पण याबाबतीत मला यापेक्षा जास्त काहीही सांगायचं नाही किंवा तुमच्या प्रश्नांना उत्तरं द्यायची नाहीत. आम्हाला प्रसिद्धीची हाव नाही आणि मोठ्या प्रयासाने आम्ही स्वतःला लोकांच्या नजरेआड ठेवलं आहे. ही स्थिती यापुढेही अशीच राहावी अशी आमची इच्छा आहे. मला वाटतं, मी माझी भूमिका पुरेशी स्पष्ट केली आहे - यू ॲग्री?" '

"मंडलिकसाहेब, तुमचा काहीतरी गैरसमज झालेला दिसतो - " अजित म्हणाला.

तात्या त्यावर काहीतरी खरमरीत बोलणार होते; पण तेवढ्यात रेखा चहाचा ट्रे घेऊन हॉलमध्ये आली. मधल्या टीपॉयवर ट्रे ठेवता ठेवता रेखा म्हणाली, "बाबा, मला माहीत आहे, यावेळी तुम्ही चहा घेत नाही; पण बघितलं, तुमच्या गप्पा बऱ्याच रंगल्या आहेत - तेव्हा म्हटलं चहा घेऊन जावं - घ्याल ना?"

"आणलाच आहेस तर माझ्यासाठी अर्धा कप दे- " तात्या म्हणाले.

चहाचा कप हातात घेता घेता तात्या म्हणाले, 'रेखा, आमचं बोलणं संपलेलं आहे. तसा काल तुमचा एकमेकांशी परिचय झालाच आहे - तेव्हा त्यांच्याकडे पाहा -"

रिकामा झालेला कप टीपॉयवर ठेवून तात्या हॉलमधून आत निघून गेले.

"घ्या ना-" रेखा म्हणाली.

"हो - थँक यू. " अजित चहाचा घोट घेता घेता म्हणाला.

"तुम्ही बाबांना ज्या कामासाठी भेटला होतात ते काम झालं?"

"अं... म्हटलं तर झालं..." अजित जरासा हसत म्हणाला. आधी त्याला वाटलं होतं, या रेखाला या 'सूर्यमंडळ'ची कल्पना असावी; पण मग त्याने तो विचार बाजूस ठेवला. या मंडलिकांची आधीच त्याच्यावर खप्पामर्जी झाली होती - त्यात भर नको. खरंतर मघाशीच जेव्हा मंडलिक त्याला सुनावत होते तेव्हा - त्याला राग अगदी अनावर झाला होता; पण त्याने स्वतःवर मोठ्या कष्टाने नियंत्रण ठेवलं होतं. कारण? कारण ही रेखा. इथून रागावून बाहेर पडलो तर मंडलिकाशी संपर्कच तुटायचा - ते व्हायला नको होतं. रेखाशी त्याने ओळख वाढवली, तिला तो भेटत राहिला तर त्यात मंडलिकांना आरोप घेण्यासारखं काहीच नव्हतं. रेखा जाणती होती, स्वतंत्र होती. तिचे मित्र निवडायचा तिला पूर्ण अधिकार होता - निदान असायला हवा होता.

निरोप घेऊन जाण्यासाठी तो दाराकडे वळला तशी रेखाही त्याच्या मागोमाग दारापर्यंत आली. जरा धीर करून त्याने विचारलं,

"एखादे वेळेस फोन केला तर चालेल ना?"

तिचा चेहरा एकदम किती खुलला.

"करा की! अवश्य करा. त्यात कसली हरकत असणार आहे?"

"संध्याकाळी तुम्ही मोकळ्याच असता ना?"

"हो - सहानंतर मी मोकळीच असते- "

"ओ - के - पाहूया. ठीक आहे? अच्छा! "

तिचा निरोप घेऊन तो दाराबाहेर पडला.

रेखा परत हॉलमध्ये आली आणि एका खुर्चीत बसली. अजितचं बाबांशी काय काम होतं याची तिला कल्पना नव्हती; पण ती मात्र त्याच्या या लागोपाठच्या

दोन भेटींनी अगदी एक्साइट झाली होती. गेले दोन दिवस त्याचा विचारच तिच्या मनातून जात नव्हता.

रेखा आणि अजित अनेक वेळा भेटतात, एकमेकांबरोबर हॉटेलात, सिनेमाला, पार्टीला जातात, हे तात्यांच्या कानावर यायला फारसा उशीर लागला नाही. अजित हुशार होता, व्यवसायात यशस्वी होता, भावी आयुष्याच्या दृष्टीने त्याचे अनेक महत्त्वाच्या व्यक्तींशी असलेले कॉटॅक्ट्स उपयोगी पडू शकणार होते, दिसायलाही तो स्मार्ट होता. तशा जमेच्या बाजू अनेक होत्या. एका वयात आलेल्या मुलाचा पिता या भूमिकेतून ते रेखाच्या भावी आयुष्याचा विचार करत होते. त्या दोघांच्या मैत्रीचं रूपांतर कदाचित प्रेमातही होईल - त्यांची भूमिका काय असणार होती?

स्वतःशी प्रामाणिक राहायचं तर त्यांना मान्य करावं लागलं की, या घटनांच्या नव्या वळणाने त्यांना फारसं समाधान झालं नव्हतं - होत नव्हतं. अजितबद्दल पहिल्याच भेटीत मनात जी नावड उत्पन्न झाली होती ती काही कमी झाली नव्हती. एकुलत्या एक श्रीमंत मुलीवर प्रेमाचा दावा सांगणाऱ्याच्या प्रामाणिकपणाबद्दल मनात संशय हा येणारच; पण शेवटी निर्णय रेखाचा होता.

एका रविवारी सकाळी चहाच्या वेळी तात्या म्हणाले,

"रेखा, मला तुला काही विचारायचं आहे."

"मग विचारा की बाबा. त्यासाठी प्रस्तावना कशाला?"

"मला सांग, हा अजित पेडणेकर आणि तू - बरेच वेळा एकमेकांना भेटता?"

"हो. कारणही सांगते - त्याची कंपनी मला आवडते."

"रेखा, माझं त्याच्याबद्दलचं मत फारसं चांगलं नाही."

"हो. ते त्यालाही माहीत आहे."

"रेखा, मला जे सांगायचं आहे ते कोणत्या शब्दांत सांगू समजत नाही. कदाचित तुझा गैरसमज होण्याची धास्ती वाटते; पण तरीही तुला सांगावंच लागणार आहे - त्याशिवाय मला चैन पडणार नाही."

"केवढी प्रस्तावना, बाबा. सांगा की, अगदी मनमोकळेपणाने, स्पष्ट शब्दांत सांगा - होऊ दे माझा गैरसमज झाला तर - सांगा! "

"तुमच्या मैत्रीचं प्रकरण आणखी पुढे जाईल असं तुला वाटतं?"

"म्हणजे - म्हणजे - विवाह, वगैरे?"

"हो."

"ते मी आताच कसं सांगणार? आम्ही नुसते भेटलो - आणि हे खरं आहे की, मी त्याच्या भेटीची अगदी उत्सुकतेने वाट पाहत असते."

"त्याचं एखादं प्रपोझल येईल, आपल्याला काहीतरी निर्णय घ्यावा लागेल, अशा दृष्टीने तू स्वतःशी कधी विचार केला आहेस का?"

"एवीतेवी आपण स्पष्ट शब्दांतच बोलतो आहोत - तेव्हा सांगते, की, हो, तो विचार माझ्या मनात बरेच वेळा आला आहे."

"मग माझं एवढंच सांगणं आहे. जो निर्णय घेशील तो नीट विचार करून घे. प्रपोझलमागे अनेक कारणं असू शकतात. तू सुंदर आहेस. तू माझी एकुलती एक मुलगी आहेस - पुढेमागे माझ्या साऱ्या मालमत्तेची मालकीण होणार आहेस. मला एवढंच म्हणायचं आहे - सर्व दृष्टीनी विचार करून मगच तुला काय निर्णय घ्यायचा तो घे."

"बाबा, मला माहीत आहे तुम्हाला माझी काळजी वाटते. तुमच्या मनात माझ्या हिताखेरीज इतर कोणताही विचार नाही. तुमचं म्हणणं मला मान्य आहे. आता माझीही एक सूचना आहे - अजितबद्दल काही कारणाने तुमच्या मनात एक पूर्वग्रह निर्माण झाला आहे. शक्य झालं तर तो पूर्वग्रह बाजूला ठेवून अजितकडे एक कर्तबगार, हुशार तरुण या दृष्टिकोनातून तटस्थपणे पाहा, निदान तसा प्रयत्न करा."

"रेखा, माझा गैरसमज व्यक्तिगत पातळीवर नाही; पण त्याचा हा जो फ्री लान्स जर्नलिस्टचा, इन्व्हेस्टिगेटिव्ह रिपोर्टिंगचा व्यवसाय आहे त्याबद्दल माझ्या मनात विलक्षण नाराजी आहे. लोकांना काही गोष्टी जगासमोर येऊ द्यायच्या नसतात - त्यामागे काही कारणं असतात. ती गुपितं उघड्यावर आणून क्षणभर सनसनाटी माजवण्याचं श्रेय घेण्याचा यांचा धंदा. यांना हा अधिकार कुणी दिला? आजकाल हे मोबाईलचे कॅमेरे, व्हिडिओ रेकॉर्डिंगच्या सोयी, छुपे माईक या साधनांनी लोकांच्या खाजगी आयुष्यात नाक खुपसण्याला काही पारावारच राहिलेला नाही - माझा या संपूर्ण कल्पनेलाच विरोध आहे - त्यामागचा हेतू कितीही चांगला असला तरी! साध्य काहीही असो, साधनांमध्ये काहीतरी तोल बाळगलाच पाहिजे. दी एंड नेव्हर जस्टीफाइज दी मीन्स!"

त्यावर रेखा काहीच बोलली नाही.

३

एका गोलाकार टेबलाभोवती सात खुर्च्या मांडलेल्या होत्या; पण आता त्यांच्यातल्या सहाच वापरात होत्या. सहा खुर्च्यांवरून सहा लोक बसले होते; पण ते पुरुष होते का स्त्री होते, तरुण होते का वृद्ध होते, लठ्ठ होते का शिडशिडीत होते - कशाचाही अंदाज लागत नव्हता. कारण सर्वांची शरीरं एका काळ्या वस्त्रात नखशिखांत झाकली गेली होती. चेहऱ्यावर एक सोनेरी रंगाचं वर्तुळ होतं आणि वर्तुळापासून सात दिशांना सात किरणे गेलेली होती. मेजावर मध्यभागी एक लहान काचपात्र होतं आणि पात्रात अगदी गडद रंगाचा - जवळजवळ काळ्या रंगाचा वाटणारा - द्राव होता. पात्राशेजारीच सात लहान लहान पेले होते. मेजाभोवतीच्या एकाने काचपात्रातलं अगदी थोडं - जेमतेम पाच थेंब द्रव पेल्यांत ओतलं. सहा जणांनी सहा पेले हातात घेतले आणि जवळजवळ एकाच क्षणी पेल्यातील द्रव तोंडात सोडलं. खोलीतली शांतता तशीच राहिली. बाह्यतः तरी खोलीत काहीही बदल झालेला दिसला नाही.

मेजाभोवती जमलेल्या सहा जणांनी आपापल्या शेजाऱ्याचे हात आपल्या हातात घेतले. खोलीत अगदी खालच्या आवाजातला गुणगुणण्याचा आवाज येत होता - सुरुवातीस मागेपुढे होणारे स्वर एकत्र आले आणि त्या आवाजाने एक लय पकडली. आता सर्वांच्या नजरा खालच्या रिकाम्या खुर्चीवर एकवटल्या होत्या आणि काही क्षणांतच त्या खुर्चीत एक धूसर आकार दिसायला लागला. हळूहळू त्या आकाराला घनता आली. ती एका माणसाची आकृती होती; पण सर्व रंग मेणासारखा किंवा शाडूसारखा किंवा प्लॅस्टरसारखा पांढरा होता. केस, डोळ्यांच्या भुवया, पापण्या, बुबुळं - सर्व काही.

"सोनावणे." एकजण हलकेच म्हणाला.

तो पांढरा पुतळा बोलला नाही, हललाही नाही.

"गाडी कोण चालवत होतं सांग."

खोलीत शांतता होती. अपेक्षेने भरलेली ती शांतता स्फोटक वाटत होती. पाच-सात सेकंदांनंतर ते पांढरे ओठ हलायला लागले.

"राममूर्ती" आणि काही वेळाने "आणि सुंदरलाल."

पाठीवरचं ओझं असह्य झाल्यावर माणूस ते खाली टाकतो, तसंच मेजाभोवतीच्या सहाही जणांनी एकमेकांच्या हातातले हात काढून घेतले आणि सर्वांची शरीरं एकदम सैल पडली.

सातव्या खुर्चीतली आकृती विरळ विरळ होत होत नाहीशी झाली.

मेजाभोवतीच्या सहाही जणांनी अंगावरचे काळे झगे उतरवून ठेवले होते. आता दिसत होतं. त्यांच्यापैकी एक आडदांड शरीराचा, वडारासारखा वाटणाऱ्या कृष्णवर्णी, पसरट नाकाच्या चेहऱ्याचा, डोक्यावर टक्कल पडलेला होता, एक पारशी वाटणारी बरीच वयस्क स्त्री होती, एक कृश शरीराचा, कारकून वाटणारा, जाड भिंगांच्या चष्म्याचा, उभट चेहऱ्याचा, गौरवर्णी पुरुष होता. एक अद्ययावत पोषाखातला मिलिटरी थाटाच्या ताठ शरीराचा चाळिशीच्या आसपासचा गृहस्थ होता. एक खूप वयस्क; पण तरतरीत चेहऱ्याचे, तीक्ष्ण नजरेचे, जुन्या पारंपरिक कपड्यांतले वृद्ध होते आणि सहावे तात्या होते.

"राममूर्तीचा मला सुरुवातीपासूनच संशय होता." मिलिटरी थाटाचा तो गृहस्थ म्हणाला. "सुंदरलाल गाडी चालवत असला पाहिजे."

"मला त्यांचे फोटो आणि पत्ता द्या," वडारासाखा वाटणारा म्हणाला, "दोन दिवसांत इथं हजर करतो."

"ठीक आहे. ती व्यवस्था करतो."

"आता आणखी एक," ते वृद्ध म्हणाले, "सातवा शोधायला हवा."

"आणि लवकर. सहा जणांना खरोखर पेलवत नाही."

"कोणासमोर काही नावं आहेत का? ओळखीचे कोणी आहे का?"

"माझ्या पाहण्यात एक मुलगी आहे. बावीसच्या आसपासची असेल." किरकोळ शरीराचा, प्राध्यापक वाटणारा म्हणाला. "पण स्वभाव अगदी भिकार आहे. कशाचंच गांभीर्य तिला समजत नाही. आयुष्य म्हणजे खेळ, मौजमजाच वाटते."

"तुम्ही काही चाचण्या घेतल्या आहेत?" पारशी स्त्री म्हणाली.

"हो. म्हणून तर नाव सुचवलं."

"मला तिचा नाव-पत्ता द्या. मी तिला भेटते." पारशी स्त्री म्हणाली.

"आता आणखी काही?" वृद्ध गृहस्थ म्हणाले. जसा कोणाचाही काही प्रतिसाद आला नाही तसे ते म्हणाले, "ठीक आहे तर. आता पुन्हा केव्हा?"

"पाच दिवसांनी भेटूया. मी राममूर्ती आणि सुंदरलालला आणतो." त्या कृष्णवर्णी आडदांड माणसाच्या आवाजात पूर्ण विश्वास होता.

"कोणाला काही अडचण आहे?" वृद्धाने विचारलं आणि मग जरा वेळ वाट पाहून तो म्हणाला, "ठीक आहे. पाच दिवसांनी, याच वेळेस."

मीनी (मीनाक्षी) बालपणापासूनच हूड होती. "उगाच मुलगी म्हणून जन्माला आलीस" तिची आई म्हणायची. मीनीमध्ये एक प्रकारचा बिनधास्त बेडरपणा होता. कसलीही पैज असली की ही सगळ्यांच्यात पुढे. मग दहा फुटी भिंतीवरून उडी मारायची असो, झाडावर चढायची असो, बंद कपाटात तासभर बसायची असो - पैज कसलीही असो. आईवडिलांना वाटलं होतं, शाळा- कॉलेजमध्ये ही एखाद्या क्रीडाप्रकारात नैपुण्य मिळवील - पण नाही. शिस्त, आज्ञाधारकपणा यांचं तिला संपूर्ण वावडं होतं. कदाचित टीम स्पोर्टमध्ये नाही; पण कोणी समंजस मार्गदर्शक मिळाला असता तर वैयक्तिक क्रीडाप्रकारात कदाचित ती रमलीही असती.

आता ती कॉलेजच्या शेवटच्या वर्षात होती; पण वागणं तसंच मनमानी, स्वच्छंद. तिच्या मोकळ्या वागण्याचा काही तथाकथित रोमिओंनी वेगळाच अर्थ लावला होता आणि सलगीचा प्रयत्न करताच गालफडं रंगवून घेतली होती. ही मीनी आयुष्यात पुढे खरोखर कोण होणार आहे किंवा काय करणार आहे - कोणालाच माहीत नव्हतं. इतकंच काय, तिचं तिलाही माहीत नव्हतं. कारण आयुष्यात पुढच्या क्षणांचा विचार करावा लागतो, हे तिला कोणी शिकवलंच नव्हतं.

अशी ही मीनी. वरवर पाहिलं तर आजच्या अगदी बिनीवरच्या तरुण पिढीची ती अगदी आदर्श प्रतिनिधी दिसली असती. किंचित कुरळ्या केसांचा बॉयकट, डेनिमचं जॅकेट आणि जीन्स (पण हॉट पँटस् नाहीत) चेहऱ्यावर मेकअप नाही. पायात फ्लॅट हिलचे बूट. खांद्याला मोठी पर्स. मनगटावर किमती; पण साधं घड्याळ. इतरांचं लक्ष वेधून घेण्यासाठी मेकअप करणं हा तिला स्वतःचा अपमान वाटत असे. वर्णाने ती किंचित सावळी होती; पण चेहरा विलक्षण तरतरीत होता.

कॉलेजच्या मोठ्या गेटपाशीच तिला ती पारशी स्त्री भेटली. उघड दिसत होतं की ती मीनीचीच वाट पाहत तिथे थांबली होती. मध्यमवयीन, किंचित उंच,

गोरीपान. तिने हात वर करून मीनीला थांबवलं आणि मीनीजवळ येत ती म्हणाली,

"तुला जरा वेळ आहे का? मला तुझ्याशी जरा बोलायचं आहे."

"माझ्याशी? पण मी तर तुम्हाला ओळखतही नाही."

"ओळखी काय - पाच सेकंदांत होतात. वेळ आहे का सांग."

पाहताक्षणीच त्या स्त्रीबद्दल अतिशय चांगला ग्रह होत होता; पण एकदम एखाद्या अनोळखी व्यक्तीवर विश्वास ठेवणं, जरा धोक्याचंच नव्हतं का?

"माझी निवड का केलीत ते आधी सांगा."

"करंदीकर सर तुझ्या परिचयाचे आहेत ना?"

"करंदीकर सर? हो - अर्थात चांगलेच परिचयाचे आहेत."

"त्यांनीच मला तुझं नाव सुचवलं आहे," त्या स्त्रीने पर्समधून मोबाइल काढला, तो मीनीसमोर करीत ती म्हणाली, "वाटलं तर करंदीकर सरांना फोन कर."

फोन करणं म्हणजे त्या व्यक्तीवर अविश्वास दाखवणं होतं; पण मीनी कोणताही धोका घेणार नव्हती. मोबाइलवर तिने करंदीकरांचा नंबर लावला.

"सर, मी मीनी बोलत आहे -"

"बोल ना."

त्या स्त्रीकडे वळून मीनीने विचारलं, "तुमचं नाव?"

"शेरू सांगितलंस तरी त्यांना समजेल."

"शेरू नावाच्या एक पारशी बाई मला भेटल्या आहेत -"

"येस-येस," तिला मध्येच थांबवत करंदीकर म्हणाले, "मीनी, मीच तुझं नाव त्यांना सुचवलं आहे - शी इज टोटली रिलाएबल, माझी गॅरंटी."

यावर मीनी काय बोलणार? मोबाइल त्या बाईकडे करीत ती म्हणाली,

"चला - कम ऑन - सरांचा शब्द म्हणजे गोल्ड बाँड."

रस्त्याच्या वळणापलीकडे लहानशी गाडी उभी होती. गाडीत बसून शेजारच्या सीटचं दार उघडता उघडता शेरू म्हणाली, "ये."

गाडी एका रेस्टॉरंटच्या पार्किंग लॉटमध्ये येऊन थांबली. काही न बोलता मीनी त्या स्त्रीमागोमाग आत गेली. खिडकीजवळच्या एका टेबलापाशी बसली. वेटर आल्याआल्या त्या स्त्रीने दोन कोल्ड कॉफीची ऑर्डर दिली आणि त्यांची

कॉफी येईपर्यंत ती खिडकीबाहेर पाहत शांतपणे बसून राहिली. मीनी त्या स्त्रीचं अगदी बारकाईने निरीक्षण करीत होती. गौरवर्ण, उभट चेहरा आणि खूप मोठं नाक - या पारशी जमातीच्या खास खुणा तर होत्याच. मीनीला आणखी एक जाणवलं - ते म्हणजे ती स्त्री अनावश्यक अशी एकही हालचाल करीत नव्हती. मनावर कोणताही ताण नसल्याची, स्वतःवर संपूर्ण विश्वास असल्याची ही खूण होती. वेटर कॉफी ठेवून गेल्यावर वरचं गार क्रीम चमच्याने हलवता हलवता ती स्त्री म्हणाली, "मीने, मी तुला एक सांगणार आहे. चार दिवसांनी संध्याकाळी मी तुला माझ्याबरोबर एका ठिकाणी नेणार आहे. तिथे करंदीकर सर असतील. आणखीही चौघं असतील. त्यांच्या ओळखी तिथे होतील. ती मीटिंग साधारण अर्धा तास चालणार आहे. त्या मीटिंगबद्दल मी आता काहीही सांगणार नाही. तो एक क्लबच आहे, असं धरून चाल ना - मीटिंग संपल्यानंतर आम्ही तुला विचारणार आहोत - तू आमच्या क्लबची सभासद होऊ इच्छितेस का? तुझा होकार किंवा नकार - जे काही येईल ते आम्हाला मान्य आहे. तुझ्यावर कोणतीही सक्ती नाही - मात्र अट एकच आहे - या मीटिंगमधून बाहेर आल्यावर या क्लबसंबंधात कोणाशीही, काहीही एका अवाक्षरानेही उल्लेख करायचा नाही. हे जर तुला मान्य असेल तरच हो म्हण. नाहीतर आपण हा विषय इथेच संपवू या आणि मी तुला तुझ्या घरी सोडते."

शेरू शांतपणे कॉफी घेत आरामात बसून राहिली.

मीनीच्या मनात अनेक विचार येत होते. पहिला करंदीकर सरांचा होता. तसे सर प्रत्येकाच्याच तोंडावर त्याची स्तुती करीत असत; पण मीनीच्या पाठीमागे त्यांनी तिची या शेरूपाशी स्तुती केली होती हे विशेष होतं. आपल्यात करंदीकर सरांना काय विशेष दिसलं असावं याचा तिला काहीही अंदाज येत नव्हता. आता ही शेरू. तिचे शब्द पटोत वा न पटोत, ते गंभीरपणे घ्यायला हवेच होते. त्यांचा तो कोणता क्लब, ती भेट, मागाहून भेटीबद्दल संपूर्ण गुप्तता - हा तर एखादा क्लोज अँड डॅगरचाच प्रकार वाटत होता आणि अर्थात अशा गोष्टींकडे आकर्षित होण्याचं तिचं वयच होतं; पण शेवटशेवटच्या वाक्यांत शेरूच्या आवाजाला आलेली धार - ही माणसं सीरियस होती. आतापर्यंत आयुष्यातली हरएक गोष्ट ती अगदी लाइटली घेत आली होती - ही गोष्ट त्यातली नव्हती. आयुष्यात प्रथमच तिच्यावर अशी वेळ आली होती की नीट विचार करून मगच पुढचं

पाऊल टाकायला हवं होतं आणि तिला तिचा निर्णय घ्यायला पाच सेकंदसुद्धा लागले नाहीत.

"शेरू, नाही का? शेरू आँटी, मी तुमच्याबरोबर यायला तयार आहे."

"ठीक आहे. तुझा फोन नंबर देऊन ठेव. मोबाइल असता तर जास्तच छान. वेळ आणि जागा कळवते - तिथे भेटूया."

"आँटी, तुमची ही मीटिंग साधारण किती वेळ चालेल?"

"नक्की सांगता येत नाही; पण कमीत कमी अर्धा तास तर नक्कीच." शेरू उठत म्हणाली, "चल, तुला मी तुझ्या घरी सोडते."

घरी पोहोचल्यापोहोचल्या मीनीने करंदीकरांना फोन लावला.

"सर, मी मीनी बोलते आहे."

"बोल ना."

"आज त्या - त्या शेरू आँटी भेटल्या होत्या."

"हो का? वा! मग?" त्यांना काहीही आश्चर्य वाटलेलं दिसलं नाही.

"सर, सर - तुम्ही त्यांना माझं नाव सुचवलं होतं?"

"हो." त्यांनी जास्त काहीही स्पष्टीकरण दिलं नाही.

"सर, हे मीटिंग प्रकरण काय आहे?"

"तू होकार दिला आहेस, का नकार दिला आहेस?"

"नाही- मी येणार आहे ना!"

"मग प्रत्यक्षच पाहशीलच की! आणखी काही? "

"सर, पण काहीतरी सांगा ना- "

"नो! नॉट ए वर्ड! तू प्रत्यक्षच ये आणि पाहा. ठेवू फोन?"

"हो, सर." ती जास्त काय बोलणार!

आता फक्त त्या शेरू आँटीच्या फोनची वाट पाहायची.

फोन दुसऱ्या दिवशी सकाळी आला.

"मीनी का? मी शेरू."

"बोला आँटी. "

"परवा संध्याकाळी सात वाजता घराबाहेरच उभी राहा. मी तुला पिकअप करीन. घरच्यांचं काय? त्यांना काही सांगावं लागेल? त्यांची परवानगी लागेल?"

"आईबाबांची? फरगेट इट! एखाद्या संध्याकाळी मी नऊच्या आत घरी परत आले तर ते चौकशी करायला लागतात तेव्हा तिथे नो प्रॉब्लेम."

"ठीक आहे. परवा संध्याकाळी सात वाजता भेटूया. ओ.के.?"

"हो. आंटी."

बरोबर सातच्या ठोक्याला शेरूची गाडी गेटसमोर हजर झाली. मीनीचे कपडे म्हणजे नेहमीचे. डेनिम जॅकेट आणि जीन्स. गाडीत बसता बसता ती म्हणाली, "आँटी, कपड्यांचं विचारायचं मी विसरूनच गेले. काही ड्रेसकोड वगैरे आहे का? माझे कपडे अगदीच इनफॉर्मल आहेत."

"मीने, कपड्यांना तिथे सर्वांत कमी महत्त्व आहे." शेरू म्हणाली. आणि मग जराशी हसत, "आणखीही एक कारण आहे; पण ते तिथे पोहोचल्यावर तुला समजेलच."

गाडी शहराच्या ज्या भागात वळली तो भाग मीनीच्या अजिबात परिचयाचा नव्हता. तिचं जग मल्टिप्लेक्स, शॉपिंग मॉल, अगदी लेटेस्ट इन रेस्टॉरंट, यांच्यापुरतंच मर्यादित होतं आणि अर्थात कॉलेज आणि जिम.

शहराचा हा भाग जुना होता. रस्ते अरुंद होते. दुकानं एक किंवा दोन शटरची, साधी होती. तरुणांचे घोळके होते; पण ते कोपऱ्यावरच्या पान - सिगारेटच्या ठेल्याभोवती. एक-दोन भव्य मंदिरं मागे गेली. मोकळं ग्राउंड लागलं. ग्राउंडच्या कडेला फास्टफूडच्या, फळांच्या, कुल्फी-आइस्क्रीमच्या, ओली-सुकी भेळ-चिवडा-शेंगदाणे यांच्या गाड्या होत्या. पुढे दुकानं-वाडे-वस्ती विरळ झाली. एका मोठ्या फाटकातून गाडी आत शिरली, एका जुन्या इमारतीच्या पोर्चमध्ये येऊन थांबली. उतरत शेरू म्हणाली, "चल." मीनी गाडीतून उतरताच शेरूने सर्व दारं लॉक केली आणि इमारतीच्या मोठ्या दारातून ती आत शिरली. मोठ्या दारातून आत पाऊल टाकताना मीनीला काळजाची धडधड जाणवत होती. घराच्या आत दिवाणखान्यासारखा मोठा हॉल होता. खाली दगडी फरशी होती. फरशीवर त्यांच्या बुटांचे ठप ठप आवाज येत होते, घुमत होते. उजव्या भिंतीतल्या एका अरुंद दारातून शेरू आत गेली. दारातून आत जाताच मीनीला दिसलं की, दारापासूनच एक दगडी जिना खाली जात होता. दोन वळणं घेऊन जिना खालच्या खोलीत पोचला.

खोलीच्या दारातून शेरू आत गेली, तिच्यामागोमाग मीनीही गेली आणि आत पाय टाकताच थिजल्यासारखी जागच्या जागी उभी राहिली. समोरचं दृश्यच तसं होतं. संपूर्ण अनपेक्षित आणि संपूर्ण अनाकलनीय. एका गोल मेजाभोवती पाच जण बसले होते; पण सर्वच्या सर्व एका काळ्या आवरणाखाली होते. फक्त चेहऱ्याच्या जागी सोनेरी रंगातली सप्तकिरणांची सूर्यप्रतिमा होती. ते पाच चेहरे आता तिच्याकडे वळले होते आणि त्या पाच अवगुंठित चेहऱ्यांच्या नजरा तिच्यावर खिळल्या होत्या.

डावीउजवीकडे न पाहता शेरू सरळ मेजापाशी गेली होती, एका खुर्चीत बसली होती आणि तिच्या शेजारची (एकच) रिकामी खुर्ची जरा मागे ओढून म्हणाली, "ये. मीने, ये. बस."

मीनी दुसरं काय करणार! जराशा अडखळत्या पावलांनी ती पुढे गेली आणि शेरूशेजारच्या खुर्चीत बसली.

"मीने, येथली एकही गोष्ट बाहेर जाणार नाही, असा तू शब्द दिला आहेस. तेव्हा काही अगदी प्राथमिक गोष्टी तुला सांगते. हा जो आमचा ग्रुप आहे, त्याचं नाव सूर्यमंडळ आहे. या नावाचा आणि या आमच्या समूहाचा इतिहास फार फार प्राचीन आहे; पण त्याच्याशी आपल्याला आताच्या क्षणी कर्तव्य नाही. सूर्यमंडळाचे सदासर्वदा सात सदस्य असणं आवश्यक आहे. त्यामागचा हेतू किंवा संकेत मलाही माहीत नाही. आमच्यातला एक सदस्य, सोनावणे, काही दिवसांपूर्वी मरण पावला; पण ते मरण नैसर्गिक नव्हतं, ती हत्या होती. त्या हत्येला कोण जबाबदार आहेत, याची माहिती आम्हाला मिळाली आहे –"

"नुसती माहिती नाही – त्यांना प्रत्यक्षच इथे हजर करणार आहे –" मेजाभोवती बसलेल्यांपैकी एकजण हात वर करून म्हणाला, "तुम्ही फक्त वेळ सांगायची."

"मीने, आता काही उपक्रमांत तुला भाग घ्यायचा आहे. त्यासाठी आम्हाला काही खास प्रकारची माणसं लागतात – तशी तू आहेस अशी आमची कल्पना झाली आहे. त्याची शहानिशा एवढ्यात होईलच. जरा जवळ ये –"

मीनी जवळ येताच शेरूने तिच्या कानात अगदी हलकेच काही शब्द उच्चारले. "आता लवकरच आपण सर्वजण या शब्दांचा उच्चार करणार आहोत. सुरुवात केलीस की त्यांची लय तुला आपोआप सापडेल. मनाची संवेदनशीलता आणि प्रतियोगिता वाढण्यासाठी आधी आपण एका पेयाचं घोट घोट प्राशन

करणार आहोत. या साऱ्यांची कार्ये कशी चालतात मला माहीत नाही. बटण दाबलं की, दिवा लागतो या सत्याचा मी स्वीकार केला आहे आणि तेवढं माझ्यासाठी पुरेसं आहे. शक्ती वापरता आली की पुरे. शक्तीचा उगम, तिचं स्वरूप यांचं ज्ञान असण्याची आवश्यकता नाही.

"आता एक गोष्ट लक्षात ठेव. काहीही झालं, काहीही दिसलं तरी उच्चार थांबवायचा नाही, लय सोडायची नाही - तुझी त्या क्षणीच खरी परीक्षा आहे. माझ्यावर विश्वास ठेव - तुला काडीचाही धोका नाही. एकदम वेगळे, अविश्वसनीय अनुभव येतील; पण ते पेलायची, त्यांचा स्वीकार करायची क्षमता तुझ्यात आहे, अशी आमची खात्री आहे. म्हणूनच तुझी आम्ही निवड केली आहे. आलं ध्यानात? आता हो तयार."

मेजावर मध्यभागी एक काचपात्र आणि सात लहान लहान पेले होते. मेजाभोवतीच्या लोकांपैकी एकाने काचपात्रातलं पेय प्रत्येक पेल्यात थोडं थोडं ओतलं आणि एक पेला उचलून शेजारच्याच्या हातात दिला - हातोहात पेले पुढे दिले गेले. मीनीच्याही हातात एक पेला आला. इतर सर्वांनी पेले तोंडाला लावून आतलं पेय पिऊन टाकलं - शेरूच्या एका खुणेबरोबर मीनीनेही पेला तोंडाला लावला. काही सेकंद तिने ते पेय तोंडातच राहू दिलं - पेयाला एक अनोखा स्वाद होता आणि त्याच्या स्पर्शाबरोबर जीभ चुरचुरत होती. मीनीने घोट घशाखाली जाऊ दिला. क्षणभरातच तिला त्या पेयाचा परिणाम जाणवायला लागला. पोट आणि छाती येथून सुरू होऊन सर्व शरीरभर गरम लाटा पसरत होत्या. पूर्वी केव्हातरी तिने वाचलं होतं - लोखंडाच्या किसाखाली लोहचुंबक धरला की त्या लोहकणांची खास वर्तुळाकार रचना होते. तिला तर वाटलं आपल्या सर्व शरीरद्रव्याचीच अशी एक नवीन, तर्कशुद्ध, अत्यंत कार्यक्षम अशी पुनर्रचना होत आहे. एक संपूर्ण नवा, अत्यंत सुखदायक अनुभव!

मेजाभोवती बसलेल्यांपैकी एकजण उठला आणि खोलीच्या भिंतीपाशी गेला. भिंतीपुढेच एक पडदा होता. तो त्याने हाताने ओढला. पडद्यामागे तीन खुर्च्या होत्या. दोन खुर्च्यांत दोघे जण अवघडल्यासारखे बसले होते - मग मीनीला दिसलं की त्यांचे हात आणि पाय खुर्च्यांच्या हाताला आणि पायांना बांधून ठेवले होते. खोलीतला प्रत्येक अनुभवच इतका स्तंभित करणारा होता की

मीनीच्या डोक्याला जरासा बधिरपणाच जाणवायला लागला होता. तिच्या हाताला झालेल्या स्पर्शाने ती एकदम भानावर आली.

मेजाभोवतीच्या सर्वांनी आपापल्या शेजाऱ्याचे हात हातात घेतले होते. शेरूने मीनीचा एक हात हातात घेतला. मीनीच्या दुसऱ्या बाजूस बसलेल्याने तिचा दुसरा हात हातात घेतला. मेजाभोवती बारीक गुणगुण सुरू झाली. हेच ते शेरूआँटीने सांगितलेले शब्द. मीनीला आठवलं. तिला या कार्यक्रमात भाग घ्यायलाच हवा होता. गप्प बसून चालणार नव्हतं. ती स्वेच्छेने आँटीबरोबर आली होती. इथला कार्यक्रम पसंत पडला नाही तर (गुप्ततेचं वचन पाळून) इथे पुन्हा न येण्याचं तिला स्वातंत्र्य होतं; पण आता तिला संपूर्ण भाग घ्यावाच लागणार होता.

तिने त्या शब्दांच्या उच्चारास प्रारंभ केला. आधी अगदी हलक्या आवाजात. मग इतरांचे आवाज चढत चालले तसा तिचाही आवाज चढत चालला. शब्दांची लयही तिला बरोबर सापडली. निर्जीव वाहकात एकाएकी विद्युतप्रवाह सुरू व्हावा तशी तिची अवस्था झाली. जणूकाही एका अंधाऱ्या खोलीची अनेक दारं धाडधाड उघडावीत आणि खोली प्रकाशाने उजळून निघावी, असं तिला वाटलं या अवस्थेला व्याख्या नव्हती, त्या अवस्थेचं वर्णन करायला तिच्यापाशी शब्दच नव्हते. समोर एक चिंचोळी कड दिसावी; पण ती एका मोठ्या चित्राची कड होती - काटकोनातून फिरवताच ते चित्र समोर आलं होतं. तिच्या आसपास एक शक्तिप्रवाह वाहत होता आणि तीही त्या प्रवाहाचा एक भाग होती. तिच्याबरोबर इतरही कोणी कोणी होते आणि त्यांच्या विचारांच्या मध्यभागी एक नाव होतं - सोनावणे आणि एक प्रतिमा होती - एक किंचित कृश चेहऱ्याचा, सावळ्या वर्णाचा, धारदार नाकाचा, मध्यमवयीन माणूस ... ती प्रतिमा अधिकाधिक स्पष्ट होत होती, जवळ येत होती...

सर्व आवाज थांबले होते. मेजाभोवतीचे सर्वजण वळून भिंतीकडे पाहत होते. मीनीचीही नजर तिकडे वळली. तिला धक्का बसला तो विलक्षण होता. त्या संध्याकाळी आलेला सर्वांत भयानक अनुभव - कारण जे दिसत होतं ते अनैसर्गिक होतं. मघाशी जी खुर्ची रिकामी होती त्या खुर्चीत आता एक कोणी बसला होता, त्याच्याकडे पाहताच मीनीला ओळख पटली - हाच तो सोनावणे.

पण हा तर एखाद्या शाडूच्या पुतळ्यासारखा होता! हे सगळंच भयानक होतं!

पण तिच्या भीतीचा प्याला अजून भरला नव्हता. भरून ओसंडून वाहणार होता.

पुतळा शाडूचा असेल, मेणाचा असेल, आणखी कशाचा असेल; पण तो निर्जीव नव्हता. त्याची मान सावकाश सावकाश शेजारच्या दोन खुर्च्यांकडे वळली आणि त्या दोन खुर्च्यांत बांधून ठेवलेले दोघेजण तेही आता त्या हलणाऱ्या पुतळ्याकडे पाहत होते - थिजलेल्या नजरांनी - सावजपक्षी जसा सापाकडे पाहत राहतो तसे -

रा -म -मू -र्ती... सुं-द-र -ला -ल...

त्या पुतळ्याच्या तोंडून खरखरता आवाज येत होता (पुढे जेव्हा जेव्हा मीनीला त्या क्षणाची आठवण यायची तेव्हाही तिच्या अंगावर शहारा यायचा).

तु...म्ही...म...ला... मारलंत...

पुतळा खुर्चीवरून सावकाश सावकाश उठत होता.

मघाच्याच माणसाने सरकता पडता सर्रदिशी ओढला.

ते भयानक दृश्य दृष्टिआड गेलं.

पण पडद्यामागून येणारे आवाज - ओरडण्याचे, गयावया करण्याचे, किंचाळण्याचे आवाज - ते कानावर येतच होते.

मेजाभोवती संपूर्ण शांतता होती.

पाच मिनिटांनंतर कोणीतरी म्हणाले, “संपलं तर.”

पाहता पाहता सर्वांची शरीर सैल पडली. शेरूने मीनीच्या हाताला स्पर्श केला. “कपडा उतरवून ठेव,” ती म्हणाली आणि तिनेही शरीरावरचं काळं वस्त्र उतरवलं.

खुर्चीवरून उठत ती म्हणाली, “चल, मी तुला घरी सोडते.”

वाटेत एका शब्दाचंही संभाषण झालं नाही. गाडी मीनीच्या बिल्डिंगच्या गेटपाशी थांबताच शेरू म्हणाली, “आता गेलीस तरी चालेल. मी उद्या सकाळी तुला फोन करणार आहे. उद्या. बाय.”

मीनी काही बोलायच्या आत गाडी निघून गेलीसुद्धा.

"बाहेर खाणं झालं आहे - मला जेवायचं नाही." मीनीने आईला सांगितलं होतं आणि ती तिच्या खोलीत येऊन कॉटवर पडली होती. केवळ एकच संध्याकाळ; पण त्या चार तासांनी तिच्या संपूर्ण आयुष्यालाच कलाटणी दिली होती.

घटना तर तिच्या डोळ्यांसमोरच घडल्या होत्या. अनैसर्गिक, अविश्वसनीय, भयानक. तिच्यापाशी कशाचंही स्पष्टीकरण नव्हतं. फक्त एकच गोष्ट उघड झाली होती. सोनावणेची हत्या झाली होती. मारेकऱ्यांना हजर करण्यात आलं होतं आणि काही एका किमयेने त्या सातांनी (त्यात तिचाही सहभाग होता) त्या सोनावणेची एक प्रतिकृती साकार केली होती. प्रतिकृती निर्जीव नव्हती. आत कोठेतरी जाण होती, भूतकाळाचं भान होतं, सूडाचा अंगार होता आणि रसरसती संहारक शक्ती होती.

एक संपूर्ण नव्या अनुभूतीचं जग तिच्यासमोर खुलं झालं होतं. त्या विश्वात प्रवेश करण्याचं त्यांनी तिला आमंत्रण दिलं होतं. आता ती काय करणार होती? ते आमंत्रण नाकारणार होती? या नव्या मितीत उघडणारं दार बंद करून टाकणार होती? पण या दाहक अनुभवानंतर रोजचं आयुष्य एकमित, रूक्ष, कंटाळवाणं वाटणार नाही का?

तिच्यात काहीतरी विशेष होतं, म्हणून त्यांनी तिची निवड केली होती.

आणखी एक विलक्षण विचार मनाला शिवून गेला.

तिच्या अंगी आणखीही काही क्षमता नसतील कशावरून?

हा ई.एस.पी.चा - एक्स्ट्रॉसेन्सरी परसेप्शनचा, साय पॉवरचा, अतींद्रिय शक्तीचाच एक आविष्कार नव्हता का? तिच्यातच खोल कोठेतरी ही शक्ती होती - पण या क्षणापर्यंत तिला त्याची अंधुकशीसुद्धा कल्पना नव्हती. खरंतर शेरूचं (आणि अर्थात पर्यायाने त्या बाकी पाचाचे) तिला आभारच मानायला हवेत. आजवर तिने स्वतःला खरं ओळखलंच नव्हतं. या सहांनी तिला तिची स्वतःची ओळख पटवली होती!

तिच्या नकळत तिचा निर्णय झाला होता.

शेरूऑंटीचा फोन आला की ती आपला होकार कळवणार होती. मनात एक शंकाही होती. ती मारे तयार झाली होती; पण निर्णय काय एकट्या

शेरूऑंटीचाच होता? बाकीचेही पाच सदस्य होते - त्यांनीही तिचा स्वीकार करायला हवा - नाही तर-

बरोबर आठ वाजता शेरूचा मीनीला मोबाइलवर फोन आला.

"मीने, मी शेरू."

"बोला, ऑंटी."

"एकटीच आहेस का आसपास कोणी आहे?"

"नाही. मी एकटीच आहे. माझ्या खोलीत आहे."

"ठीक आहे तर. काल तुला एक निर्णय घ्यायला सांगितलं होतं. त्याचं काय?"

"ऑंटी, तुम्ही मला स्वीकारलंत; पण बाकीच्यांचं काय?"

"त्याची चिंता करण्याचं कारण नाही. तू काय ठरवलं आहेस?"

"मला प्रवेश मिळाला तर मी तुमच्या मंडळाची अगदी आनंदाने सभासद होईन."

"छान."

मीनी पुढे काही बोलायच्या आत शेरूनं फोन बंदसुद्धा केला. तिचा नंबरही मीनीला माहीत नव्हता. माहिती मिळवायचीच असती तर शेवटी एकच मार्ग दिसत होता. करंदीकर सर. ते कदाचित सांगतील किंवा सांगणारही नाहीत; पण प्रयत्न करून पाहायला काय हरकत होती? तिने करंदीकरांचा नंबर लावला. नशिबाने फोनवर सरच आले.

"सर, मी मीनी बोलते आहे."

"येस?"

"सर, आता शेरू ऑंटीचा फोन आला होता. मी होकार दिला आहे."

"मला ती अपेक्षा होती. पुढे काय?"

"सर, पण मला काहीच माहिती नाही. तुमच्या मंडळाबद्दल आकर्षण तर जबरदस्त आहे. सर, तुम्ही मला भेटू शकाल का?

"मीने, तुला आता शेरूने हातात घेतलं आहे ना, मग तीच तुला सर्वकाही योग्य वेळी सांगेल. मी त्यात कोणताही हस्तक्षेप करणार नाही; पण शेरूने सांगितलं असेलच - तेच मीही सांगतो. आमचं सूर्यमंडळ ही एक अत्यंत प्राचीन

आणि पवित्र संघटना आहे. तुझ्यासारखी सभासद आम्हाला मिळाली ही आमच्या दृष्टीने फार मोठी भाग्याची गोष्ट आहे."

"सर, प्लीज! मला फक्त एकच सांगा - माझीच नेमकी निवड तुम्ही कशी केलीत?"

"ठीक आहे. ऐक तर मग. किरलियन फोटोग्राफीची तुला काही माहिती आहे?"

"नाही सर, सॉरी."

"सॉरी होण्याचं काही कारण नाही. मानवी शरीरातून अनेक प्रकारच्या ऊर्जांचे निर्यास होत असतात. सर्वच दृश्य नसतात. पण जाणकारांना ते जाणवतात. त्यावरून माणसाची पारख होते. तुझी गोष्ट तशीच आहे. आता एवढं पुरे. ठेवून दे फोन."

४

पाच दिवसांनंतर सकाळी सकाळीच मीनीला शेरूचा फोन आला.

"मीने, मी शेरू आहे."

"बोला, शेरू आंटी."

"आज संध्याकाळी मीटिंग आहे. सात वाजता."

"मग मी येईन की."

"तुला पिकअप करू का?"

"काही आवश्यकता नाही. मला आता ठिकाण माहिती झालं आहे; पण आँटी, कशासाठी मीटिंग आहे, काही कल्पना?"

"नाही ना. मलाही अगदी मोघम सूचना मिळाली आहे. सहसा असं होत नाही. पाहूया. तू ये तर खरी सातला - मग समजेल."

"ठीक आहे. येते मी. बाय तर."

आता वापरायचे कपडे इत्यादी बाह्य गोष्टीसंबंधात मीनीचा ताण गेला होता. तिने आपला नेहमीचा जॅकेट -जीन्स असा पेहेराव केला होता. स्कूटरवरून ती त्या वाड्यापाशी पोहोचली तेव्हा शेरू बाहेरच्या मोठ्या दारापाशी तिची

वाटच पाहत होती. दोघी बरोबरच खालच्या खोलीत गेल्या. बाकीचे पाचही जमले होते.

आता त्यांच्यापैकी कोणीही वरून आवरण घेतलं नव्हतं. मीनी खुर्चीत बसताच शेरूने तिची एकेकाशी ओळख करून दिली. करंदीकर, तात्या मंडलिक, येरमाडी, पालीवाल, मारुतराव झेंडे.

तात्यांनी टेबलावर हात आपटून सर्वांना गप्प राहण्याची खूण केली. आता जेव्हा मीनीचं त्यांच्याकडे खरं लक्ष गेलं तेव्हा तिच्या ध्यानात आलं की त्यांचा चेहरा विलक्षण ओढलेला आहे. खांदे एखाद्या प्रचंड भाराखाली असल्यासारखे खचलेले आहेत. ते बोलले तेव्हा त्यांचा आवाजही खोल गेला होता.

"एक पथ्य आपण कटाक्षाने पाळत आलो आहोत." तात्या म्हणाले, "आपण कोणाच्याही घरगुती गोष्टींच्या चवकश्या करीत नाही. या खोलीबाहेर प्रत्येकाचं आयुष्य आपापल्या मार्गाने जात असतं - त्याच्याशी आपला कधीही संबंध येत नाही - खरंतर आपण ते कटाक्षाने टाळतो.

"पण केव्हा ना केव्हा तरी नियम वाकवावेच लागतात. परंपरा तोडाव्याच लागतात. ती वेळ आता आली आहे. मला माझ्या मुलीसंबंधात बोलायचं आहे. तिचं नाव रेखा होतं. ती हुशार होती, चुणचुणीत होती, महत्त्वाकांक्षी होती - मी भूतकाळाचा वापर करीत आहे, कारण रेखा आता या जगात नाही आहे."

तात्यांनी डोळे घट्ट मिटून घेतले होते.

"तीनच दिवसांपूर्वी रेखाने आत्महत्या केली. तिच्या समस्या काय होत्या, तिच्यासमोर कोणती अडचण उभी राहिली होती, कोणत्या असह्य परिस्थितीमुळे तिला हे निर्वाणीचं पाऊल उचलावं लागलं - मला कशाकशाची कल्पना नाही. ती माझ्याशी चकार शब्दानेही काही बोलली नाही. मी संपूर्ण अंधारात आहे. आणि ते मला सहन होत नाही. मला जगणं अशक्य झालं आहे. रेखा माझी एकुलती एक मुलगी होती - एकमेकांना आम्ही दोघंच फक्त होतो - आता एकाएकी मी अगदी अगदी एकाकी पडलो आहे."

इतर कोणी काही बोलायच्या आधीच तात्यांनी हात वर करून त्यांना थांबवलं.

"मला कोणाचीही सहानुभूती नको आहे. आहे त्या परिस्थितीत मला जगणंच अशक्य झालं आहे. रात्रंदिवस मनाला हा प्रश्न छळत असतो - रेखाने हे असं का केलं? मला त्या प्रश्नाचं उत्तर हवं आहे - ते जर मिळालं नाही तर माझं सर्व

आयुष्यच बरबाद होणार आहे आणि आपल्या या उपक्रमाला कदाचित माझी ही शेवटचीच भेट असेल. कारण मला तुम्हा सर्वांना जी विनंती करायची आहे ती आपल्या सूर्यमंडळाच्या कक्षेमध्ये बसत नाही - तेव्हा ती मान्य होणार नाही आणि ती मान्य झाली नाही तर मला इथे येणं, मन एकाग्र करणं, आपल्या सामूहिक कार्यक्रमात भाग घेणं, सर्वथा अशक्य होणार आहे. तुम्हाला माझ्याजागी नवीन कोणीतरी शोधून काढावा लागेल."

तात्या गप्प बसल्यानंतर करंदीकर हलकेच म्हणाले,

"मंडलिक, तुमची मंडळाकडून काय अपेक्षा आहे ते तरी सांगा आम्हाला."

"वैयक्तिक समस्यांची दखल घ्यायची नाही असा आपला दंडक आहे." तात्या मान हलवत म्हणाले, "तरीही माझी इच्छा सांगतो. आपण रेखालाच हा प्रश्न विचारू शकतो की तू हे अतिरेकी पाऊल का उचललंस?"

"रेखाला? म्हणजे -" करंदीकर म्हणाले.

"हो, मला माहीत आहे माझी मागणी अवास्तव आहे; पण मला दुसरा कोणताही विचारच सुचत नाही," तात्यांनी डोळे मिटून घेतले होते.

मीनी बाकीच्या पाचांकडे आलटून पालटून पाहत होती. आधी शेरूने, नंतर करंदीकरांनी आणि नंतर बाकीच्यांनी मानेने हलकेच होकार दिला.

"मंडलिक," करंदीकर म्हणाले, "तुम्ही मंडळाचे जुने, श्रेष्ठ आणि ज्येष्ठ सदस्य आहात. नियम असतीलही; पण नियमांना अपवाद करता येतो. तुमच्या बाबतीत आम्ही तो अपवाद करायचा ठरवला आहे. लेट अस बिगिन! "

मेजाच्या खालच्या बाजूस कप्पे होते आणि कप्प्यांतून काळे अंगरखे ठेवलेले होते. सातांनीही अंगरखे चढवले. कपाटातून पेयाचं काचपात्र आणि सात पेले काढून मेजावर ठेवले गेले. प्रत्येकाने घोट घोट पेय प्राशन केले. सर्वांनी एकमेकांच्या हातात हात गुंफून सप्तकोनी साखळी तयार केली. त्याआधी तात्यांनी रेखाच्या चेहऱ्याच्या फोटोच्या सात प्रती मेजावर ठेवल्या होत्या. आता प्रत्येकासमोर रेखाचा चेहरा होता. बारीक आवाजात गुणगुण सुरू झाली. हळूहळू आवाज चढत चालला. त्याला ती एक ठराविक लय आली -

शेजाऱ्याच्या हातातला हात सोडवून घेत तो भिंतीकडे करीत शेरू म्हणाली,

"पाहा."

आवाज थांबला. सर्वांच्या नजरा त्या दिशेने वळल्या.

पडद्यामागच्या खुर्चीवर, रेखा किंवा रेखाची प्रतिकृती होती.

मेण म्हणा, भुस्सा म्हणा, प्लास्टर म्हणा, पापीयरमाशे म्हणा –

अगदी अगदी निश्चल वाटणारी प्रतिमा; पण मीनीला माहीत झालं होतं, त्या प्रतिमेच्या अंतरंगात दाहक, संहारक शक्ती घुसळत आहे.

'रेखा! रेखा!" तात्यांचा कापरा आवाज आलाच, 'रेखा, असं आततायी पाऊल उचलण्याची तुझ्यावर वेळ का आली ते तरी सांग."

खोलीत शांतता होती; पण मोठी स्फोटक शांतता.

"तो अजित पेडणेकर!" प्रतिकृतीचे ओठ हलत होते. हलका आवाज येत होता. "त्याने मला फसवलं. गोड गोड बोलून फसवलं आणि त्याची वासना पूर्ण होताच एखाद्या पटकुरासारखं मला फेकून दिलं."

तात्यांनी चेहरा हाताने झाकून घेतला –

आणि खुर्चीतली प्रतिकृती विरळ होत होत शेवटी अदृश्य झाली.

खोलीत विलक्षण शांतता पसरली होती. जरा वेळाने तात्या बोलायला लागले.

"हा अजय पेडणेकर," ते म्हणाले, "एक फ्री लान्स जर्नलिस्ट. सोनावणेच्या मृत्यूची बातमी अर्थात सर्वत्र प्रसारित झालीच होती. शेवटच्या क्षणी सोनावणेचं भान सुटलं आणि त्याने आपला उल्लेख केला, सूर्यमंडळ आणि मंडलिकांना कळवा. तसा हा अजित एकूण चलाखच. त्या दोन शब्दांच्या आधारावर शोध करता करता तो माझ्यापर्यंत पोहोचला. त्याला सूर्यमंडळाची सर्व माहिती हवी होती. जसा काही याच्यासारख्या फालतू लोकांसाठी आपण रस्त्यावर तमाशाच मांडला होता. मी तर त्याला हातोहात कटवलाच; पण काय झालं होतं – माझ्या भेटीच्या आधीच त्याची रेखाशी गाठ पडली होती. हा अजित मोठा स्मार्ट आहे, बोलण्यात हुशार आहे, दिसायलाही रुबाबदार आहे – मला तर वाटलं त्या पहिल्या भेटीतच रेखावर त्याची विलक्षण छाप पडली. मी त्याला वाटेला लावल्यानंतरही अजित रेखाला भेटत राहिला. अर्थात ते माझ्या कानांवर आलंच. मी रेखाला परोपरीने सावध करण्याचा अगदी कसोशीने प्रयत्न केला; पण तिचे तरुण वय – त्या अजितवरच्या इन फॅच्युएशनच्या तंद्रीत ती सारासार विचार,

आपलं हित, सर्वकाही विसरली होती आणि या नीच, स्वार्थी माणसाने तिच्या अल्लड विश्वासाचा पुरेपूर गैरफायदा घेतला आणि शेवटी - हे!"

"सोनावणेच्या मृत्यूला राममूर्ती आणि सुंदरलाल जबाबदार होते." करंदीकर म्हणाले, "अगदी तितक्याच प्रमाणात हा अजित पेडणेकर तुमच्या रेखाच्या मृत्यूला जबाबदार आहे. वास्तविक ही रेखा काही आपली सदस्य नव्हती; पण तुम्ही आहात, मंडलिक आणि तुम्ही असायलाच हवं. वुई जस्ट कान्ट अफोर्ड टू लूज यू. तेव्हा मी एक सूचना मांडतो. आपल्या नेहमीच्या शिरस्त्याची चौकट मोडून आपण या रेखाच्या हत्याऱ्याला प्रायश्चित्त द्यायला हवं."

करंदीकर उठले, कपाटातून त्यांनी एक पुठ्ठ्याची पेटी काढली. पेटी मेजावर ठेवली. झाकण उघडून त्यात पेटी रिकामी केली. झाकणात पांढऱ्या आणि काळ्या, दोन्ही रंगाच्या काचेच्या गोट्या होत्या. पेटी एकेकापुढे सरकावली जात होती. तो त्याच्या कलाप्रमाणे पांढरी किंवा काळी गोटी पेटीत टाकत होता. त्यावेळी बाकीच्या सर्वांचे डोळे मिटलेले असायचे. मेजभर फिरून पेटी परत करंदीकरांच्या समोर आली. त्यांनी पेटीत डोकावून पाहिलं. आत सातीच्या साती पांढऱ्या गोट्या होत्या. झाकणातल्या गोट्या पेटीत टाकत ते म्हणाले, "माझ्या सूचनेला कोणाचाही विरोध नाही तर!" उठून त्यांनी पेटी परत कपाटात ठेवून दिली.

बोलावं की नाही, याचा मीनीला आधी जरा प्रश्नच पडला होता. तशी ती अगदीच नवी होती. वयानेही अगदी लहान होती. ही तिची दुसरीच भेट; पण त्यांनी तिला पूर्ण सदस्य म्हणून स्वीकारलं होतं. तिने आपला निर्णय घेतला.

"पण जर या पेडणेकरचा नाव -पत्ता -फोटो मिळाला तर मी त्याला इथे हजर करू शकेन, अशी माझी खात्री आहे." ती स्पष्ट आवाजात म्हणाली.

एकदोन सेकंद विलक्षण शांतता होती आणि मग तात्या म्हणाले,

"येस -येस. आय थिंक यू आर दी राइट पर्सन - मला त्या अजितचा स्वभाव पुरेपूर समजला आहे. येस. तुला ते जमून जाईल, असं मला वाटतं."

करंदीकरांनी मेजाभोवतीच्या सर्वांकडे नजर टाकली. मीनीच्या शब्दांना विरोध झाला नाही किंवा तिच्या शब्दांवर काही टीकाही झाली नाही.

"ठीक आहे तर," करंदीकर म्हणाले, "मीने, तुझ्यावर आम्ही ही जबाबदारी सोपवत आहोत. अगदी सांभाळून राहा, हे सांगायची आवश्यकता नाही. तू शेरूशी कॉंटॅक्ट करू शकतेस. सर्वांची मान्यता आहे?"

सर्वांनी मानेनेच होकार दिला.

मीटिंग संपली होती.

५

रेखाच्या आत्महत्येची बातमी अर्थात अजितला समजली होतीच. पाठीमागची एक ब्याद गेली, त्याला वाटलं. ती रेखा पाहता पाहता त्याच्यावर भाळली होती - त्याच्या गोड गोड भूलथापांना फसली होती; पण अजितचा स्वभाव कोणत्याच कायमच्या जबाबदारीत गुंतण्याचा नव्हता. दोन दिवस मजा करून त्याने रेखाला हातोहात फसवलं होतं. त्या तिच्या बापाने ज्या पद्धतीने त्याला कटवलं होतं तसंच.

पण दांभिकपणाचा कळस म्हणजे अजित मंडलिकांना भेटायला गेला.

तात्या घरीच होते. दाराबाहेर अजितला पाहून काही न बोलता ते मागे सरले. त्याला आत बोलावून एका खुर्चीवर बसायची खूण केली.

"मंडलिकसाहेब, रेखासंबंधात माझ्या कानावर आलं."

तात्या काहीच बोलले नाहीत.

"फार फार वाईट गोष्ट झाली. " अजित म्हणाला. आता प्रथमच तात्यांची नजर त्याच्याकडे वळली आणि त्याच्यावर खिळली. त्या नजरेखाली अजित जरासा अस्वस्थच झाला. मनात विचार आला, आपण समजत होतो तसा हा माणूस साधा नाही.

"माझ्याजवळ रेखा एका शब्दानेही काही बोलली नाही," तात्या म्हणाले. "माझ्या कानावर आलं होतं की तुम्ही आणि रेखा एकमेकांचे चांगले स्नेही होतात. तिच्या वागण्यावरून तुम्हाला अशी काही शंका आली होती?"

"नाही - नाही -" अजित जरा गडबडून म्हणाला. "तशी आमची मैत्री होती, पण इतकी निकटची नव्हती." संभाषण जी दिशा घेत होतं ते त्यास आवडत नव्हतं.

"ती एवढ्या तेवढ्याने डगमगणारी नव्हती," तात्या बोलत होते. "काहीतरी भयानक घडलं असलं पाहिजे. कोणीतरी तिचा फार मोठा विश्वासघात केला असला पाहिजे," तात्याची नजर अजितच्या चेहऱ्यावर एकटक खिळली होती. "येईल - येईल - सत्य बाहेर येईलच - किती दिवस अज्ञात राहील? आणि एकदा का रेखाच्या अवस्थेला कोण जबाबदार होतं ते समजलं की, त्याला यथायोग्य शासन होणार आहे. त्याला आपल्या पापकर्माचा फार फार पश्चात्ताप होणार आहे; पण तेव्हा वेळ टळून गेली असेल. तेव्हा फार फार उशीर झाला असेल."

अजित काहीच बोलला नाही. बोलूच शकत नव्हता. आपण इथे यायलाच नको होतं, त्याला वाटायला लागलं.

"तुम्हाला काय वाटतं?" तात्या म्हणाले.

"काय? म्हणजे कशासंबंधात?"

"ज्या नीच माणसाने रेखावर ही भयानक वेळ आणली त्याला त्याच्या पापकर्माचं यथायोग्य शासन व्हायलाच हवं - हो की नाही?"

"अं - हो - हो ना! हो. व्हायलाच हवं. ... " तो जरा अडखळत म्हणाला.

"त्याला कल्पना नाही आपण केवढं मोठं दुष्ट कृत्य केलं आहे त्याची! पण त्याला त्याची पुरेपूर किंमत मोजावी लागणार आहे, अगदी पुरेपूर किंमत!"

शेवटच्या वाक्यात तात्यांच्या आवाजात अशी काही विलक्षण धार आली होती की त्याच्या अंगावर काटाच आला. आता भेट लांबवण्यात अर्थ नव्हता. खुर्चीवरून उठत तो म्हणाला, "मंडलिकसाहेब, मी तुमचा जास्त वेळ घेत नाही. या आठवणी तुम्हाला क्लेशकारक असणार - त्याच पुन्हा पुन्हा उगाळत राहिल्याने तुम्हाला मनस्ताप मात्र होईल. मी जातो."

"जाता, ठीक आहे - भेटलात, चांगलं झालं - तुमच्या कानावर तरी घालता आलं की रेखा गेली असेल; पण तिच्या अवस्थेला जबाबदार असणारा मोकळा सुटणार नाही आहे."

अजित घाईघाईने दाराबाहेर पडला.

मंडलिकांची एकूण भेटच असमाधानकारक झाली होती. बोलता बोलता मंडलिकांनी ते द्व्यर्थी उल्लेख केले होते ते अजितला फार खटकले होते. त्यांच्या

नजरेत आलेली एक धार आणि आवाजात आलेला एक कठीणपणा - सर्वच अस्वस्थ करणारं होतं. जर पहिल्या भेटीतच त्यांनी त्याचा तो कोणता सूर्यमंडळ का काहीतरी नावाचा क्लब होता त्याची माहिती दिली असती तर काय बिघडलं असतं? प्रकरण कदाचित या थराला गेलंच नसतं.

शेवटी वाचकांना चटपटीत, सनसनाटी, लक्षवेधक, धक्कादायक अशाच बातम्या आवडतात. कोणी कोणी वर्षानुवर्षे अगदी लहान प्रमाणावर का होईना, काहीतरी विधायक कार्य करीत असतात - ते उपक्रम स्तुत्य असतात, समाजहिताचे असतात; पण सर्वसामान्य माणसांच्या लेखी त्याला न्यूज व्हॅल्यू काही नसते. समाजमनाचा हा दोष असेलही; पण तो काही समाजप्रबोधन करायला निघाला नव्हता. लोकांना हवं ते त्यांच्यासमोर मांडणं हा त्याचा व्यवसाय होता आणि हा असा व्यवसाय होता की, त्यात जास्तकरून समाजाच्या अंडरबेलीचंच, अंधारात वावरणाऱ्या लोकांच्या विश्वासाचा, भोळेपणाचा गैरफायदा घेणाऱ्या समाजशत्रूंचेच दर्शन होत होतं. कदाचित सुरुवातीला त्याने ते नाखुषीने केलं असेलही; पण आता त्यालाही त्यातच गोडी निर्माण झाली होती. या मंडलिकाचे हे काय सूर्यमंडळ होतं ते जर अशा समाजसेवकांचे, डू गुडर्सचं एखादं मंडळ असतं तर त्याने तो नाद सोडून दिला असता; पण स्वतःबद्दलचा गर्व त्याला नडला होता. ज्या तुटकपणाने त्या मंडलिकांनी त्याला बाहेरची वाट दाखवली होती ते त्याला विलक्षण झोंबलं होतं. व्यवसायात माणसाने वस्तुनिष्ठ असायला हवं हा साधा धडा तो विसरला होता. रेखाशी त्याने जाणूनबुजून जवळीक निर्माण केली होती आणि मग तिला वाऱ्यावर सोडली होती - मंडलिकांच्यावरचा हा एक प्रकारचा सूडच होता - त्यातून त्याला काय समाधान मिळालं होतं?

मीनीने मंडलिकांच्याकडून अजित पेडणेकरचा नाव, पत्ता लिहून तर घेतला होता; पण त्याच्याशी संपर्क कसा साधायचा हा जरासा प्रश्नच होता; पण जरासा विचार करताच तिला आपोआपच त्यावर मार्ग सापडला. हा अजित म्हणजे रिपोर्टर. महत्त्वाच्या सर्व प्रसंगांना तो हजर असणारच. तिथेच तिला त्याची गाठ घ्यायला हवी. तिने शेरूला फोन केला. फोनवर शेरूच आली.

"आँटी, मी मीनी आहे."

"बोल, काय विशेष?"

"आँटी, एखाद्या न्यूज एजन्सीचं किंवा एखाद्या नूजपेपर ग्रुपचं अक्रेडिटेशन मला मिळेल का? त्या अजितला गाठायचा मला तो एकच उपाय दिसतो."

"मिळेल की; पण मीने, सांभाळून राहा बरं का. मंडलिकांच्या वर्णनावरून तो जरासा डेंजरस माणूस वाटतो."

"डोंट वरी, आँटी. मी अगदी सावध असेन."

मीनेला प्रेस कार्ड तर मिळालं. अनेक दुर्लभ ठिकाणी प्रवेश मिळवण्याचा तो हमखास यशाचा मार्ग होता. इतर वार्ताहरांसाठी मीडियाचं लक्ष वेधून घेण्यासाठी ती अजिबात पुढे पुढे करीत नसे. समोरच्या घटनेपेक्षा वार्ताहरांच्या घोळक्यावरच तिचं लक्ष असायचं... आणि अर्थात काही दिवसांतच तिला तो अजित पेडणेकर दिसलाच. ओळखायला अगदी सोपा. दहा काय, शंभरात उठून दिसेल असं व्यक्तिमत्त्व. कंपनी कोणतीही असो, तो किती आत्मविश्वासाने वावरत असायचा! त्याची नजर एकदा तिच्यावरून गेली, फिरून एकदा तिच्यावर आली. तिने मान जराशी हलवून त्याला परिचयाचा एक छोटासा संकेत दिला. मीनी दिसायला सुंदर नसली तरी तिचे अवयव रेखीव आणि प्रमाणबद्ध होते. सौंदर्यप्रसाधनांचा जरासा वापर करताच ती खरोखरीच आकर्षक दिसायला लागली. तीन-चार दिवसांतच एका कॉन्फरन्समध्ये अजित मुद्दाम तिच्याशेजारी येऊन बसला.

"हॅलो," तो म्हणाला, "दोन -तीनदा दिसलात तुम्ही -"

"हो ना -" मीनी म्हणाली, "पण खरं सांगू का? मी जरा वशिल्याचा वापर करून प्रेस कार्ड मिळवलं आहे. तसा डिप्लोमा वगैरे केलेला नाही आणि या व्यवसायात करिअर करायला आवडेलच असंही वाटत नाही."

"अहो, रिपोर्टर म्हटलं की चामडी जाड असावीच लागते. पुष्कळ वेळा नाही नाही ते ऐकून घ्यावं लागतं. लोकांची अंडीपिल्ली बाहेर निघाली की ते संतापणारच."

"पण खाजगी असं काही आयुष्य आहे की नाही?"

"लोकांना माहितीचा अधिकार आहे आणि त्यांच्यापर्यंत माहिती पोहोचवायचं काम आपलं आहे - भले काही जण नाराज होईनात!"

"पण एथिक्स म्हणून काही आहे की नाही?"

"एथिक्सचा जमाना विसरा हो! तो केव्हाच इतिहासजमा झाला! आपण फक्त लोकांच्या गरजा पुरवायच्या!"

मान हलवत मीनी म्हणाली. "मला नाही वाटत माझ्याच्याने ते होईल - वाटलं तर मला ओव्हरसेन्सिटिव्ह म्हणा - काहीही म्हणा- "

"सुरुवातीस ही स्क्रपल्स असतातच - मलाही होती; पण सवयीने माणूस कशालाही सरावतो - तुम्हाला पण तो अनुभव येतो की नाही पाहा! "

वास्तविक कॉफीचं आमंत्रण द्यायला एवढी ओळख पुरेशी नव्हती; पण मीनीने होकार दिला. तो अर्धा -पाऊण तास अगदी कसा पाहता पाहता गेला. हा अजित बोलण्यात, जुने किस्से खुलवून सांगण्यात अतिशय वाकबगार होता यात शंका नव्हती. चला, पहिलं पाऊल तर टाकलं, मीनी मनाशी विचार करत होती.

हा अजित पेडणेकर चलाख आहे, हे क्षणभरही विसरून चालणार नव्हतं. सूर्यमंडळचा उल्लेख संभाषणात अगदी नैसर्गिकपणे यायला हवा होता - अजितला कसलीही शंका यायला नको होती. सुदैवाने ती संधी अगदी आपण होऊन चालत तिच्यासमोर आली. सोनावणेंच्या मृत्यूनंतर जी चौकशी झाली त्यात अर्थात तात्यांना चौकशीसाठी बोलावण्यात आलं होत. कारण सोनावणेचे शेवटचे शब्द मंडलिकांना सांगा असे होते. त्याआधी सोनावणेने उच्चारलेल्या सूर्यमंडळ या शब्दांचा खुलासाही तात्यांच्या जबानीत झाला. त्यांनी सांगितलं की सूर्यमंडळ या नावाची त्यांची एक हौशी लोकांची संघटना होती. सोनावणे त्या संघटनेचा सदस्य होता. बहुतेक सर्व निवृत्त झालेले, ज्येष्ठ नागरिक या व्याख्येत बसणारे होते - संघटनेचा कोणताही खास हेतू नव्हता, कार्यकारी मंडळ -खजिनदार - कार्यवाह अशी काही रचना नव्हती. त्यांची जबानी वाचणारांच्या डोळ्यांसमोर नक्कीच एक असं चित्र उभं राहिलं असणार की हवा तेव्हा रिकामा वेळ असणारे, मागे सांसारिक वा आर्थिक विवंचना नसणारे हे लोक आपणही काहीतरी करीत आहोत, अशा आत्मसमाधानासाठी एकत्र जमत असत. सोनावणेच्या मृत्यूशी तात्यांचा दुरान्वयानेसुद्धा संबंध नव्हता - सोनावणेची केस म्हणजे 'हिट अँड रन' या प्रकारची केस होती. 'पर्सन ऑर पर्सन्स अननोन' यांच्याविरुद्ध 'मॅनस्लॉटर'चा गुन्हा नोंदवून चौकशी संपवण्यात आली.

घटना जेव्हा ताजी असते तेव्हा ती चर्चेत असते; पण जनस्मृती अतिशय अल्पजीवी असते. आता इतक्या दिवसांनंतर हे कोण सोनावणे होते, त्यांच्या

अपघाती मृत्यूत लोकांना काहीही स्वारस्य उरलेलं नव्हतं; पण अजित आणि मीनी यांच्या वाचनात हा मजकूर येताच अजित जरा रागाने म्हणाला,

"हेच ते मंडलिक. त्यांच्याकडेच मी या सूर्यमंडळ प्रकरणाची माहिती मिळते का पाहण्यासाठी गेलो होतो -"

"पण हे तर तात्या. माझ्या चांगल्या परिचयाचे आहेत." मीनी म्हणाली.

"हो?"

"हो ना- त्यांची मुलगी रेखा - माझी चांगली मैत्रीण होती - तिची ती एक ट्रॅजिडीच झाली, नाही का?"

"हो - खरं तर त्यानंतरही मी या मंडलिकांना भेटायला गेलो होतो - त्यांच्यावर आलेल्या आपत्तीबद्दल शोक व्यक्त करण्यासाठी - पण का माणूस! त्याच्याजवळ साधी कॉमन कर्टसीसुद्धा नाही. तुमची ओळख आहे म्हणता - तुम्ही पाहा ना तुम्हाला काही माहिती मिळते का ते?"

"पण अजित, त्यांची जर खरोखरच अशी इच्छा असेल, की परक्यांनी त्यांच्या हालचालीत वा कार्यक्रमात लक्ष घालू नये तर त्यांच्या भावनांची आपण कदर करायला नको का?"

"हे पाहा, आपल्याला फक्त माहिती हवी आहे - ती मिळाल्याने तर यांचं काही नुकसान होणार नाही ना? तुम्ही प्रयत्न करून पाहा!"

"ठीक आहे - तुम्ही म्हणताच आहात तर..."

दोनच दिवसांनी मीनीचा फोन आला.

"हॅलो, अजित का? मी तात्यांची गाठ घेतली बरं का आणि तुम्हाला हवी ती माहितीही दिली; पण मला अजून वाटत तुम्ही हा विषय इथेच संपवावा- "

"ते पाहू या हो मागून - आधी काय समजलं ते सांगा तरी!"

"ते म्हणतात ही फार प्राचीन संघटना आहे. केवळ सातच सभासद असतात. दर शनिवारी संध्याकाळी आठला ते एकत्र येतात. त्यांची भेटण्याची जागा, त्यांचे कार्यक्रम याबद्दल मी अर्थात अधिक काहीही चौकशी केली नाही; पण त्यांनी एक सांगितलं - ते सर्व रिक्षाने किंवा बसने येतात - कदाचित लोकांचं लक्ष वेधलं जाऊ नये यासाठी ही सावधगिरी असावी -"

"वा! छान!"

"अजित, पुन्हा एकदा सांगते - स्टॉप नाऊ. या सूर्यमंडळाचा विषय निघाला तसे हे साधे संसारी तात्या एखाद्या फॅनॅटिकसारखं बोलायला लागले - त्यांच्यात झालेला बदल आश्चर्यकारक होता, जरासा भीतिदायकही होता - अजित, मी पुन्हा सांगते - लीव्ह इट वेल अलोन."

तिच्या आवाजातला प्रांजळपणा त्याला जाणवत होता; पण त्याला त्या मंडलिकांनी ज्या तुटकपणे कटवलं होतं, शेवटच्या भेटीत जो एक धमकीवजा इशारा दिला होता, ते तो विसरू शकत नव्हता आणि शेवटी हे इन्व्हेस्टिगेटिव्ह रिपोर्टिंगसुद्धा एखाद्या व्यसनासारखं अपरिहार्य होतं. तीसुद्धा एक झिंगच असते.

शनिवारी आठला पंधरा मिनिटं कमी असतानाच अजित त्याच्या बाईकवरून मंडलिकांच्या कॉलनीपाशी पोहोचला. मिनिटाभरातच मंडलिक बाहेर पडले. हमरस्ता येताच त्यांनी रिक्षा केली. संध्याकाळची वाहतूक इतकी गर्दीची होती, की रिक्षाला वेग घेताच येत नव्हता. रिक्षा अगदी सहज नजरेच्या टप्प्यात राहत होती. रिक्षा त्या जुन्या इमारतीपाशी थांबताच अजित जरासा पुढे जाऊन थांबला. रिक्षाचे पैसे चुकते करून मंडलिक त्या इमारतीत शिरले. मीनी आठची वेळ म्हणाली होती - त्यांच्या येण्यात मागेपुढे होण्याची शक्यता होती. पंधरा मिनिटं थांबून मग अजित त्या इमारतीपाशी आला आणि उघड्या दारापाशी उभा राहिला. आत प्रकाश दिसत नव्हता आणि कोणताही आवाजसुद्धा येत नव्हता. अजून तो परत फिरू शकला असता; पण तो विचार मनात क्षणभरसुद्धा टिकला नाही. अर्धवट उघड असलेलं दार त्याने ढकलून उघडलं आणि आत पाय टाकला. आत संपूर्ण अंधार होता. बरोबर टॉर्च आणण्याची साधी गोष्टही त्याला सुचली नव्हती. अंदाजाने त्याने दोन पावलं पुढे टाकली.

आणि एका सेकंदात खूप गोष्टी घडल्या.

मागे दार बंद केल्याचा आवाज आला आणि त्याच क्षणी त्याच्या चेहऱ्यावर टॉर्चचा झगझगीत प्रकाश पडला - इतका प्रखर की त्याचे डोळेच दिपले. समोर किती लोक होते, मागे किती होते, त्यांच्या हातात काही शस्त्रं होती का- त्याला कशाचाच अंदाज येत नव्हता. गप्प राहून काय होतंय ते पाहण्यातच शहाणपणा होता; पण प्रसंग बाका आला आहे, एवढं त्याला उमगलं होतं.

"अजित पेडणेकर, हो की नाही?" एक जरासा अडाणी वाटणारा आवाज आला. "आम्ही तुमचीच वाट पाहत होतो. सूर्यमंडळात तुम्हाला खूपच स्वारस्य आहे, नाही का? या तर मग..."

मागच्या बाजूला त्याला कोणीतरी हलकेच रेटा दिला - तसा तो चालायला लागला. उजव्या भिंतीत एक लहान दार होतं - पुढे एक जिना खाली जात होता. टॉर्चच्या प्रकाशाशिवाय इतर कोणताही प्रकाश नव्हता. त्याच प्रकाशात त्याला पुढे नेण्यात आलं आणि भिंतीजवळच्या एका खुर्चीत बसवण्यात आलं.

टॉर्च विझला. आसपास अगदी संपूर्ण काळोख झाला.

आणि मग खोलीत एकाएकी प्रकाश झाला. छताचा दिवा साधाच होता; पण त्या गुडूप अंधारानंतर तो अगदी झगझगीत वाटत होता.

आणि मग अजितचं लक्ष खोलीकडे गेलं.

कशाचीही अपेक्षा केली असली तरी याची खासच नव्हती.

खोलीच्या मध्यभागी एक लंबवर्तुळाकार मेज होतं आणि मेजाभोवतीच्या सात खुर्च्यांवर सातजण बसले होते. त्या सातही जणांनी सर्वांगावरून एक काळा बुरखेवजा कपडा पांघरला होता - पुरुष, स्त्री, तरुण, वृद्ध - काहीही समजत नव्हतं. मात्र सर्वांना समान अशी एकच गोष्ट होती.

सर्वांच्या चेहऱ्याच्या जागी सूर्याची सोनेरी प्रतिमा होती आणि त्या प्रतिमेतून सात किरण सप्तदिशांना गेले होते. सात किरणे, सात व्यक्ती.

सूर्यमंडळ.

त्या अनपेक्षित देखाव्याने सुरुवातीस त्याला भीतीचा जरासा धक्का बसला होता खरा; पण मग त्याचा जगाचा, माणसांच्या स्वभावाचा अनुभव त्याच्या मदतीला आला. शेवटी हे काय होतं? दे आर प्लेइंग आऊट ए चाइल्डहूड फँटसी! दुसरं काही नाही. लहान मुलं जशी प्लायवूडच्या तलवारींनी आणि बांबूच्या गदांनी लुटुपुटीची युद्धं खेळतात, तसलाच हा प्रकार होता. सर्वसामान्य आयुष्य जगणाऱ्या या लोकांना थरारक, रोमांचकारी प्रसंगांचा कधी अनुभवच आलेला नसणार - मग त्याची उणीव भरून काढण्यासाठी या गुप्त संघटना. हे भंपक नाव. हे नाटकी पोशाख. आयुष्यात अनेक कठीण प्रसंगांना तो सामोरा गेला होता - हेही नाटक चालू दे काही वेळ.

"हे तुमचं सूर्यमंडळ काय" त्याने विचारलं.

"हो, आमच्या कानांवर आलं होतं - तुम्हाला आमच्या या सूर्यमंडळात खूपच स्वारस्य आहे. तुम्ही प्रत्यक्षच इथे हजर व्हावं हा अनपेक्षित योगायोगच की! तुम्हाला नाही असं वाटत?" बोलणारा जरा थांबून मग म्हणाला, "अनायासे तुम्ही इथे हजर झालाच आहात - आमचा हा छोटासा विधीही तुम्हाला प्रत्यक्षच पाहायला मिळेल - कदाचित त्यात तुमचा वैयक्तिक सहभागही असेल - कोणी सांगावं?"

शब्द आणि स्वर, दोन्ही अनपेक्षित होते. शब्दांना एक खास अर्थ होता, आणि आवाजात एक कठीण धार होती. कदाचित ही माणसं स्वतःला अगदी सीरियसली घेत असावीत. इथे येण्यात त्याची चूक तर नाही ना झाली; पण मग त्यांच्या हालचाली सुरू झाल्या. एक उठला, भिंतीतल्या कपाटातून त्याने एक काचपात्र आणि काचेचे सात लहान लहान पेले काढले. मेजाच्या मध्यभागी ठेवून काचपात्रातलं जरासं गडद रंगाचं द्रव प्रत्येक पेल्यात थोडं थोडं ओतलं. एकेकाने एकेक पेला हातात घेतला आणि पेल्यातलं द्रव पिऊन टाकलं आणि मग सर्वांनी एकमेकांच्या हातात हात गुंतवून एक सप्तकोनी साखळी तयार केली.

त्याच्या बसल्या जागेवरून त्याला दिसत नव्हतं; पण मेजावरच्या प्रत्येक व्यक्तीसमोर रेखाचा एक फोटो होता आणि प्रत्येकाची नजर त्या फोटोवर खिळलेली होती.

खोलीत काही वेळ शांतता होती; पण अजितला अगदी खालच्या आवाजातली ती गुणगुण ऐकू आली. आवाज हळूहळू चढत होता - कानांवर स्वरव्यंजनं येत होती; पण त्यांचा काहीही अर्थबोध होत नव्हता; पण सर्वांचे आवाज एकत्रित येत होते, त्यांना एक खास लय येत होती.

खोलीतल्या वातावरणात काहीतरी बदल होत होता. शब्दांनी वर्णन न करता येण्यासारखी एक अस्वस्थतेची भावना त्याला जाणवायला लागली. खोली एखाद्या अदृश्य धुराने भरावी तशी भरत होती - तो धूर त्याच्याभोवती - नाही त्याच्या समोरच्या रिकाम्या खुर्चीभोवती साकळत होता - हळूहळू त्याला घनता यायला लागली - एक आकार यायला लागला - एक मानवी आकार.

आणि तो आकार जसा जास्त जास्त स्पष्ट होऊ लागला तशी त्याची अस्वस्थता वाढतच चालली. कारण समोरचा चेहरा ओळखीचा वाटत होता -

हो - आता शंकाच नव्हती - चेहरा रेखाचाच होता.

पण कसला चेहरा. त्यात मळकट पांढुरक्या रंगाखेरीच इतर रंगच नव्हते. केस, डोळ्यातली बुबुळं, पापण्या, भुवया - सर्वकाही पांढरं. जणूकाही मेणाचीच मूर्ती. आकारात आणखी घनता आली. चेहरा समोर होता.

आणि शेवटी त्याच्या भीतीने परिसीमा गाठली.

कारण ती मूर्ती हलायला लागली होती. चेहरा सावकाश सावकाश त्याच्या दिशेने वळत होता. वळत वळत शेवटी स्थिरावली. त्या पांढऱ्या बुबुळांची एकटक नजर त्याच्यावर खिळली आणि मग ते ओठ हलायला लागले.

अजित... अस्पष्टसा आवाज येत होता -

अजित... तू मला फसवलंस...

एकेका शब्दाबरोबर आवाजात घनता येत होती.

आणि पांढऱ्या बुबुळांच्या अगदी अगदी मागे टाचणीच्या टोकासारखी एक लालसर ठिणगी दिसायला लागली होती.

आणि क्षणाक्षणाला ती प्रखर होत चालली होती -

धोका! धोका! मन आक्रोश करत होतं. इथं थांबायला नको!

पण शरीराचे स्नायू थिजले होते. हालचालच अशक्य होती.

एव्हाना डोळे लाल अंगाराचे झाले होते -

आणि पुतळा खुर्चीवरून उठत होता -

"नको! नको! पडदा ओढा!" मीनी ओरडली.

कोणीतरी पुढे होऊन तो मोठा पडदा खर्ररदिशी ओढला.

ते भयानक दृश्य दृष्टिआड झालं.

पण पडद्यामागून येणारे भयानक आवाज ते तर कानावर येतच होते - मीनीने घाईघाईने अंगावरचा अंगरखा उतरवून ठेवला. खुर्ची मागे सारून ती उभी राहिली - "मी इथे थांबू शकत नाही!" ती ओरडली, आणि मेजाला वळसा घालून जवळजवळ धावतच जिन्याने वर आली, मोठ्या दाराबाहेर आली आणि चेहरा हाताने घट्ट झाकून मोठेमोठे श्वास घेत उभी राहिली.

❐

हत्यार

महादेवची आणि माझी मैत्री खूप दिवसांपासून झाली आहे आणि अजूनही चांगली टिकून आहे. अनेकांना या गोष्टीचं मोठं नवल वाटतं - इतरांना कशाला, मला स्वतःलाही त्याचं नवल वाटतं. कारण आमचे स्वभाव अगदी वेगवेगळे आहेत. मी पायाखाली पाहून चालणारा, आपल्याला काय शक्य आणि काय अशक्य याची पूर्ण जाण असणारा, नाही नाही त्या गोष्टींचा हव्यास न धरणारा, अल्प समाधानी. 'ठेविले अनंते तैसेचि रहावे' या उक्तीप्रमाणे वागणारा. तर महादेव म्हणजे खटपट्या -लटपट्या, जरासा अविचारी, सहज कोणावरही विश्वास ठेवण्याइतका भोळसट; पण मनाचा अत्यंत सरळ. कोणालाही एका शब्दाने किंवा कृतीने न दुखावणारा. परस्पर विरुद्धाचं आकर्षण हेच कदाचित आमच्या दोघांमधल्या मैत्रीमागचं रहस्य असावं.

असा हा महादेव त्या दिवशी सकाळी साडेसातच्या सुमारास माझ्या घरी हजर झाला. त्याचा नेहमीचा खाक्या म्हणजे सरळ स्वयंपाकघरात घुसायचं, स्टँडमधले डबे उघडून बघायचे, 'वहिनी, आज काय स्पेशल आहे?' विचारायचं; पण आज तो जो आला तो काही न बोलता हॉलमधल्या एका खुर्चीवर बसून राहिला. त्याच्या चेहऱ्याचं वर्णन हिंदी मालिका-सिनेमात नेहमी 'मूँह लटकाये हुये' किंवा 'मायूस' असं केलं जातं आणि या क्षणी तरी ते अगदी योग्य ठरलं असतं.

"काय रे! सकाळी सकाळीच?" मी त्याला विचारलं.

"आलो असाच-" तो म्हणाला आणि त्याचा आवाज ऐकून सौ. बाहेर आली.

"अगंबाई! भाऊजी का? बसा हं - चहा आणते."

"महादेव काही बोलणार आहेस की असाच ठोकळ्यासारखा बसणार आहेस?" मी.

त्याने एक अंगठा स्वयंपाकघराच्या दिशेने केला. म्हणजे सौ.च्यासमोर त्याला काही बोलायचं नव्हतं. त्याचा कपभर आणि माझा पाव कप चहा घेऊन होताच मी कपबश्या घेऊन स्वयंपाकघरात गेलो आणि सौ.ला सांगितलं. "मी आणि महादेव जरा बाहेर जाऊन येतो." आणि बाहेर येऊन त्याला चलण्याची खूण केली. आम्ही ब्लॉकबाहेर पडलो; पण खाली न जाता वर टेरेसवर गेलो. टेरेस खूप प्रशस्त आहे. काही व्यायामप्रेमी सकाळचे चकरा मारण्यासाठी वर येत; पण आता तरी टेरेस मोकळा होता. कठड्याजवळच्या एका खुर्चीत मी बसलो. महादेव दुसऱ्या खुर्चीत बसला आणि म्हणाला, "नाना. जरा लफडं झालंय रे!'

"पैशांचं काही लफडं आहे का?"

"आधी पैशाचा प्रॉब्लेम होता; पण तो मिटला. आता- "

त्याचा चेहरा इतका विलक्षण झाला की मी थट्टेनेच म्हणालो, "महादेव, एखाद्या जीवनमरणाच्या झगड्यात सापडल्यासारखा दिसतो आहेस रे!"

चेहरा हातांनी झाकून घेत महादेव म्हणाला, "अरे, मरण तर आहेच! पण त्याआधी बेइज्जती आहे."

म्हणजे एकूण मामला गंभीर होता तर. थट्टेची वेळ नव्हती.

"महादेव, आता सांग बरं सर्व."

महादेव कितीतरी वेळ बोलत होता. बोलताना मागेपुढे होत होता आणि त्याने अशा काही गोष्टी एकामागून एक सांगितल्या की, ऐकणाऱ्याचा त्याच्यावर विश्वासच बसू नये; पण आता महादेवच सांगत होता, तेव्हा त्याच्या शब्दावर शंका कशी घ्यायची?

२

महादेवसारख्या स्वभावाची माणसंच समाजातल्या भोंदू लोकांची शिकार बनतात. त्या चेनमनी स्कीम - साखळी योजना, त्या साग प्लँटेशन स्कीम, त्या महिन्याला दोनतीन टक्के व्याज देणाऱ्या स्कीम, त्या डिपाझिटसाठी कमिशन

एजंट बनवणाऱ्या स्कीम - सरदारजीचं नाव महादेवच्या कानावर कसं आलं माहीत नाही (कदाचित सरदारजीचाच एखादा पित्ता असेल!) - पण महादेवने पंचावन्न -साठ हजार रुपये त्या स्कीममध्ये गुंतवले.

"अरे, आधी चौकशी तरी करायचीस!"

'केली ना नाना! त्याने पाच-सात नावं दिली. सर्वांचीच गाठ घेतली. सगळे म्हणाले, पेमेंटला प्रॉम्प्ट आहे.'

"त्याने सुचवलेली नावं! अरे, त्याचेच चमचे!"

"मी त्याच्या ऑफिसमध्ये गेलो. पैसे देताच त्याने मला दहा महिन्यांचे अडीच अडीच हजारांचे चेक दिले. पहिला बँकेत भरला, जमा झाला. दुसरा भरला - तोही जमा झाला. तिसरा पाच दिवसांनी परत आला. सरदारजीला फोन लावला. "पाच-सात दिवसांत व्यवस्था करतो, मग बँकेत भरा म्हणाला. आठवड्याभराने भरला; पण तोही परत आला. चेक तसाच घेऊन त्याच्या ऑफिसमध्ये गेलो."

महादेव ऑफिसमध्ये गेला तेव्हा सरदारजी टेबलामागे बसले होते. महादेवने परत आलेला चेक टेबलावर आपटला आणि विचारलं, "याचा अर्थ काय?"

"याचा अर्थ त्याच्या खात्यात पैसे नाहीत." सरदारजी थंडपणे म्हणाले.

"त्याच्या खात्यात? त्याच्या? अहो, चेक तुमच्या खात्यावर आहे!"

"हो - पण महिन्याच्या महिन्याला रक्कम ऑटोमॅटिक ट्रान्सफर करण्याच्या सूचना त्याने बँकेला दिल्या होत्या. ती रक्कम माझ्या खात्यात जमा झाली नाही."

"मला त्याच्याशी काय करायचं आहे? माझे पैसे अडकून पडले आहेत ना!"

"तुझे एकट्याचेच? अरे, आमचेही अडकलेत! सगळेच फसलो आहोत."

"फसलो आहोत म्हणजे?"

"म्हणजे तो गायब झाला! सगळ्यांना फसवून!"

"तुमच्या विश्वासावर पैसे गुंतवले होते, माझ्या पैशांना तुम्हीच जबाबदार आहात. मला माझे पैसे हवेत!"

आणि मग सरदारजीचं खरं रूप उघडं झालं. दात विचकून हसत तो म्हणाला, "कसले पैसे? कुणाला दिलेत?"

"तुम्हांला! दुसऱ्या कोणाला? "

"मला? काय पुरावा आहे तुझ्यापाशी? माझी पावती आहे? काही लिखापढी आहे? कोणी साक्षीदार आहे? उलट मीच तुला पाच हजार रुपये चेकने दिले आहेत. माझ्याकडे उसने मागितलेस म्हणून दिले आहेत."

आपण पार फसलो, पार रसातळाला गेलो हे या क्षणी महादेवला उमगलं. संताप अनावर होऊन त्याने सरदारजीच्या अंगावर झेप घेतली; पण महादेव शेवटी किरकोळ महाराष्ट्रीय आणि सरदारजी म्हणजे उभाआडवा दांडगट पंजाबी. त्याने एका फटक्यात महादेवला खाली लोळवलं. वर गुरगुरत म्हणाला, "चल, चालता हो! याद राख पुन्हा इथे आलास तर! शरीरात एकही हड्डी शिल्लक ठेवणार नाही. आऊट."

चडफड करीत महादेव घरी आला. खाण्यापिण्यात लक्ष नाही, दिवसभर चैन नाही, रात्रीची सेकंदभराची झोप नाही. बिचारी बायको परोपरीने विनवत होती. 'अहो, काय झालं ते सांगा तरी! का जीव टांगणीला लावून घेताहात;' पण महादेवचं एक नाही, दोन नाही. सरदारजीचा विचार मनात सतत फिरत होता. त्याला कंगाल करून त्याच्या पैशांवर सरदारजी चैन करीत होता आणि महादेवच्या हाती काय होतं? हाताशी पाचपंधरा गुंड असते तर धाकदपटशाने काही साध्य होतं का पाहिलं असतं पोलिसांत, नाहीतर सरकारात वर कोठे ओळखी असत्या तर सरदारजीवर काही दबाव आणला असता; पण त्याची असहायताच त्याला जास्त झोंबत होती. सूड! सूड! सरदारजीवर सूड याखेरीज मनात दुसरा विचार नव्हता आणि चाह तिथे राह म्हणतात तेच खरं ठरलं. जागोजागी चौकशी केल्यावर बाबांचं नाव कानावर आलं. म्हणे ते इलाज करतात, उपाय सांगतात.

मला हे शब्द एकदम धोक्याचे आणि संशयास्पद वाटले.

"महादेव, हा काही तंत्र -मंत्र -चेटूक -करणीचा प्रकार तर नाही ना?"

"हो! त्यातलाच आहे"

"अरे! कशाला नाही त्या वाटेला गेलास?"

"आणि माझे पैसे त्याने हडप केले त्याचं काय? त्याला चैन करू द्यायची? हातावर हात चोळत गप्प बसायचं? सारं मुकाट्याने सहन करायचं?"

महादेव काही ऐकण्याच्या मनःस्थितीतच नव्हता. शेवटी तो त्या बाबांच्या पत्त्यावर गेला. तेथे खूप मोठं आवार होतं. आत मोठी बाग होती. समोर रुंद

व्हरांडा होता. त्यामागे दिवाणखाना होता. तिथे रेशमी गादीवर बाबा आरामात पहुडले होते. पुढे जाऊन त्यांना नमस्कार करून महादेव त्यांच्यासमोर बसला.

"बाबा, एक प्रॉब्लेम आहे." तो चाचरत म्हणाला. बाबांनी शेजारचं चांदीचं एक नक्षीदार पात्र पुढे केलं. पात्राकडे बोट करीत ते म्हणाले, "शंभर रुपये."

"शंभर रुपये?" महादेव आश्चर्याने म्हणाला.

"पण बाबा-"

बाबांनी एक बोट दाराकडे केलं. स्पष्ट, निर्णायक इशारा.

सेकंदभर थांबून महादेवने खिशातली शंभराची नोट भांड्यात टाकली.

"ठीक आहे. सांग. सगळं सांग. पहिल्यापासून सगळं सांग."

आधी जीभ अडखळत होती. परक्यासमोर स्वतःच्याच मूर्खपणाचा पाढा वाचायचा; पण एकदा भीड चेपली आणि मग शब्द धडाधड बाहेर आले. महादेव गप्प बसल्यावर मिनिटभराने बाबा म्हणाले, "तुला सरदारजीवर सूड उगवायचा आहे? ठीक आहे. काय हवं ते सांग. मनात आणशील ते होईल. त्याचे हातपाय मोडायचे? त्याचे डोळे फोडायचे? त्याला वेडा - पागल करायचं? त्याच्या घरादाराला आग लावायची? सांग! काय हवं?"

प्रश्नांच्या या भडिमाराने आणि त्यांच्यातल्या भयंकर भावार्थाने महादेव तर पार हादरूनच गेला. क्षणभर काय बोलावं तेच त्याला सुचेना; पण तो घाईघाईने म्हणाला, "नाही -नाही -मला फक्त माझे पैसे परत हवे आहेत. त्याखेरीज त्याच्याशी माझं इतर कोणतंही वैर नाही."

"ठीक आहे. तसं तर तसं." बाबांचा आवाज तसाच थंड, निर्विकार होता. "तुला काय काय करता येईल ते सांगितलं. मी तुझ्या हातात एक मोठं जबरदस्त हत्यार देणार आहे. मघा बोललो त्यातलं काहीही तुला करता येईल; पण आता ऐक. नीट लक्ष देऊन ऐक. ते हत्यार मिळवण्यासाठी तुला काही काही गोष्टी कराव्या लागतील आणि तुलाच. तुझ्याशिवाय इतर कोणीही करून चालणार नाही. तुला स्वतःलाच करायला हव्यात आणि गोष्टी साध्या नाहीत. डरपोक, भेदरट माणसाचं काम नाही. नको त्या वेळी, नको त्या ठिकाणी जावं लागणार आहे. नको त्या गोष्टी कराव्या लागणार आहेत. बघ, आहे हिंमत? आहे तयारी? तर सांगतो."

"नाना," महादेव म्हणाला, "मला कळत होतं ही वाट चांगली नाही; पण डोळ्यांसमोर सारखा त्या सरदारजीचा फिदीफिदी हसणारा चेहरा होता ना! मी बाबांना म्हणालो, तयार आहे मी. सांगा काय ते."

"टाक भांड्यात पाचशे रुपये, मग सांगतो. हे डॉक्टरांच्या औषधासारखं आहे. औषध दिलं आहे. वापरणं, न वापरणं तुझ्यावर अवलंबून आहे."

नोटा भांड्यात पडताच बाबा म्हणाले, "ये -जवळ सरकून बस. नीट ऐक काय सांगतो ते. एकदाच सांगणार आहे. नीट लक्ष दे. ऐक. दहा दिवसांच्या आतच बाळाचा मृत्यू झाला तर त्याला स्मशानात पुरतात - माहीत आहे ना? आपल्या या शहरात दिवसाकाठी एखादीतरी अशी केस येतेच. तू स्मशानात जाऊन अशा एखाद्या केसची वाट पाहत राहायचं आहे. ती माणसं येऊन त्यांचं काम उरकून गेली की ती जागा नीट ध्यानात ठेवायची आणि रात्री बाराच्या सुमारास तिथे जायचं. त्या वेळी तिथे चिटपाखरूही नसतं. त्या माणसांनी जे मातीत पुरून ठेवलेलं असतं ते बाहेर काढायचं. साध्या फडक्यात गुंडाळलेलं असणार. त्याच्या चेहऱ्यावरचा फडक्याचा भाग काढून चेहरा मोकळा करायचा. मी तुला एका बाटलीत दूध देणार आहे. त्यातलं थेंब -दोन थेंब दूध हाताच्या बोटावर घ्यायचं. बोट त्याच्या तोंडापाशी न्यायचं आणि मी सांगतो ते तीन शब्द उच्चारायचे. दुधाचं बोट त्याच्या ओठांना लावायचं, की तुझं काम झालं. त्याला पहिल्यासारखं कापडात गुंडाळून मातीत होतं तसं पुरून ठेव. वर माती टाक. जागा सारखी कर. मग सरळ घरी जा.

"खरं तर दिवसातून केव्हाही केलं तरी चालतं. रात्रीच करायला हवं असं नाही; पण दिवसा हे जप -जाप्य -मंत्र -पूजा - प्रार्थना - अर्चना करणारे महाभाग असतात ना!" बाबांच्या चेहऱ्यावर एक तिरस्काराचा भाव होता. "त्यांची अडचण होते. रात्री कसे, हे सारे डाराडूर झोपलेले असतात - की मग आपलं काम सोपं होतं. आता तू केलंस म्हणजे काय झालं आहे ते सांगतो. तुझ्यात आणि त्या स्मशानातल्या त्याच्यात एक खास नातं जोडलं गेलं आहे. ते तुझं गुलामच झालं आहे असं समज ना! कोणत्याही क्षणी, कोणत्याही ठिकाणी तू त्याला बोलावू शकतोस, काहीही करायला सांगू शकतोस. तुझा शब्द मोडण्याची

त्याला प्राज्ञा नाही. तू सांगशील ते आणि तसं त्याला करावंच लागतं. आता ऐक.

"नीट ऐक. त्याची जरुरी भासेल तेव्हा मी दिलेल्या बाटलीतलं थोडंसं दूध बशीत ओत आणि आता सांगितलेले शब्द उच्चार. ते लागलीच दुधासाठी तिथे हजर होईल; पण बशीवर हात ठेवायचा. आधी तुला काय हवं ते सांगायचं. शब्दांची जरूरीच नाही. तुला हवं ते मनासमोर चित्ररूपाने उभं कर. त्याला बरोबर समजेल आणि ते त्याच्या कामावर जाईल. परत आलं की त्याला ते दूध घेऊ देत. तुझं काम झाल्याखेरीज ते परत येणार नाही हे नक्की. पुन्हा -एकदा शक्य तर मध्यरात्रीच्या वेळीच हे कर. म्हणजे या जपजाप्य करणाऱ्या उपद्रवी माणसांची अडचण येणार नाही."

बाबांनी साधारण पाव लिटर दुधाने भरलेली बाटली महादेवसमोर केली आणि तो बाटली हातात घेत असतानाच बाबा म्हणाले, "आणखी एक गोष्ट सांगायची आहे आणि ती महत्त्वाची आहे हे विसरू नकोस. एखाद्या महिन्यात तुला त्याची गरज भासली नाही, तरी त्याला दूध द्यायलाच हवं. ते महिनाभर वाट पाहणार आणि मग अमावास्येच्या रात्री दुधासाठी हजर होणार - तू न बोलावताच. त्याला दूध मिळालंच पाहिजे."

महादेवने बाटली हातात घेताच दाराकडे बोट करीत बाबा म्हणाले, "जा आता. काय करायला हवं, कसं करायचं ते तुला सांगितलं आहे. हिंमत असली तर कर. हिंमत नसली तर बस स्वतःशीच रडत; पण आता जा!"

खरं तर माझा माझ्याच कानांवर विश्वास बसत नव्हता. असल्या भयानक गोष्टी?

"आणि मग?" मी विचारलं. मनात आशा होती, महादेव असल्या एखाद्या अघोरी कामावर जाणार नाही; पण त्याचा अविचारी तापट स्वभाव आणि सरदारजीकडून झालेली लुबाडणूक आणि मानहानी - कशाचीच खात्री वाटत नव्हती.

"मग काय?" महादेव जरा (उसन्या) रागाने म्हणाला, "केलं की ते मी! अगदी बाबांनी सांगितलं होतं तसं, त्याबरहुकूम केलं." पण त्याचा उसना आवेश क्षणभरातच ओसरला. "साधं नव्हतं रे ते, नाना! मला कशाकशाची

कल्पनाच नव्हती. मनाशी एवढाच विचार करत होतो, आपण त्या बालकाच्या मृतदेहाची कोणतीही विटंबना करणार नाही आहोत; पण नाना! ही स्वतःची शुद्ध फसवणूक होती. त्या अश्राप बालकाचा मृतदेह कोणत्या कार्यासाठी वापरला जाणार होता याची काय मला कल्पना नव्हती? पण केलं खरं! त्या मुर्दाड सरदारजीचा विचार मनाला क्षणभराचीही उसंत लाभू देत नव्हता."

काही वेळ थांबून परत महादेव बोलायला लागला.

"त्या गोऱ्या ख्रिस्तीयन लोकांच्या सेमेटरीजना गजांची दारं, कुलपं असतात. ते आपल्याकडे नाही. आपली स्मशानं सर्व वेळ खुली असतात. एखादा जिथे रोज गेला तरी कोणीही चौकशी करणार नाही; पण मला रोज जावं लागलंच नाही. दुसऱ्याच दिवशी माझं काम झालं. त्या लोकांचे क्रिया -कर्म विधी आटोपून ते लोक परत जाताच मी ती जागा नीट ध्यानात ठेवली. कारण मी इथे पुन्हा येणार होतो तो रात्रीचा येणार होतो. त्या वेळेस असा लख्ख प्रकाश थोडाच असणार होता?

"स्मशान स्थानाभोवतीच आपल्या मनात भयाने अनेक संकेत जखडलेले आहेत. आत प्रवेश करताच भीती वाटायची ती वाटलीच; पण मनाशी ठरवलं होतं, मन घट्ट करायचं - नाहीतर हातून काही होणारच नाही. ज्या जागी माझं काम होतं तिथवर एका दिव्याचा प्रकाश पोहोचत होता. निदान मला टॉर्च वगैरे तरी वापरावा लागणार नव्हता.

"त्यांनी माती लोटली होती, दाबली नव्हती. साध्या हातांनी सहज बाहेर काढता आली आणि खड्डाही उथळ होता. शेवटी त्याला अशी केवढी जागा लागणार होती? पाचसात मिनिटांतच पाढऱ्या कापडातल्या मुटकुळ्याभोवतालची माती दूर झाली. नाना, अरे जेमतेम दीडवीत असेल रे! नशीब त्यांनी कपडा नुसता गुंडाळला होता. चेहऱ्यावरचा भाग सहज दूर झाला. मला त्या चेहऱ्याकडे बघवेनाच रे! ज्या कामासाठी इथे आलो होतो ते लवकरात लवकर उरकून टाकायची मला घाई झाली होती. खिशातून बाबांनी दिलेली ती दुधाची बाटली काढली, बोटावर दोन थेंब घेतले, बाटलीला झाकण लावून मी परत खिशात ठेवून दिली आणि बोटं त्या ओठांजवळ नेली. डोळे घट्ट मिटून घेतले आणि बाबांनी सांगितलेले ते तीन शब्द उच्चारले आणि बोट ओठांवर टेकवलं. त्या

मृतदेहाला स्पर्श करण्याची कल्पनाच अंगावर शहारा आणत होती. मी डोळे अगदी घट्ट मिटून घेतले होते."

बोलता बोलता महादेव थांबला. त्याचा चेहरा मोठा चमत्कारिक झाला होता.

"नाना, आता मी जे सांगणार आहे त्यावर विश्वास ठेव. खरंच विश्वास ठेव. त्या गोष्टी मी प्रत्यक्ष माझ्या डोळ्यांनी पाहिल्या आहेत, कानांनी ऐकल्या आहेत, मला भ्रमभास वगैरे काहीही झाला नव्हता.

"मी ते बोट टेकवलं. पुढच्या क्षणी जे झालं त्याचं वर्णन कसं करणार? शरीराला जसा एखादेवेळी जोरात दणका बसतो तसा मनाला बसतो का? साऱ्या जगाचाच तोल क्षणभरासाठी डगमगल्यासारखा वाटतो का? ती जाणीव क्षणार्धातच टिकली असेल. मग माझ्यावरून पुढे गेली. सर्वत्र शांतता होती. विलक्षण शांतता होती आणि त्या शांततेत मला तो आवाज ऐकू आला. काहीतरी चोखण्याचा आवाज. मी डोळे उघडून खाली पाहिलं. देवा! देवा! इतका प्रकाश नको होता रे! समोरच्या चेहऱ्यातलं ते लहानसं तोंड उघडलं होतं, दुधाचा थेंब असलेलं माझं बोट चुरूचुरू चोखत होतं; पण त्याहीपेक्षा जास्त भयानक गोष्ट मला दिसली - त्या चेहऱ्यातले डोळे सताड उघडे होते. लहानसहान काळ्या बटणांसारखे डोळे आणि त्या डोळ्यांची नजर माझ्यावर एकटक खिळली होती. मी माझा हात झटक्यात मागे घेतला. ते उघडलेले तोंड सावकाश मिटलं. ते सताड उघडलेले डोळे सावकाश सावकाश मिटले. माझ्या काळजाची तर अशी धडधड चालली होती.

"बाबांनी सांगितलेलं सगळं काही मी केलं होतं. आता माझ्या या इथे येण्याच्या, माझ्या उद्योगाच्या खुणा पुसून टाकायला हव्या होत्या. मन अगदी घट्ट करून मी तो मृतदेह परत त्या फडक्याखाली झाकला. वर काढलेली माती परत त्या उथळ खड्ड्यात ढकलली. जमीन सारखी केली आणि सरळ बाहेरची वाट धरली.

मी घरी कसा पोहोचलो सांगता यायचं नाही. शरीराच्या आणि मनाच्या, दोन्हींच्या झोकांड्या जात होत्या. नको तिथे, नको त्या वेळी जाऊन नको त्या गोष्टी मी केल्या होत्या. जणूकाही रोजच्या साध्या व्यवहाराची एक लक्ष्मणरेषा ओलांडली होती. एका अनोख्या, घातकी, निषिद्ध मितीत प्रवेश केला होता.

घरी आलो आणि बाहेरच्या कपाटात ठेवलेली व्हिस्कीची बाटली काढली. आताच्या क्षणाइतकी ड्रिंकची जरुरी मला आजवर कधीही भासली नव्हती. ड्रिंक घेतलं आणि तिथेच दिवाणावर झोपलो. गेल्या काही दिवसांतल्या माझ्या वागण्याने बायको आधीच वैतागली होती. आता जर तिला कळलं की रात्रीअपरात्री मी बाहेर जात असतो तर -? नकोच. झोप लागली; पण ती अजिबात स्वस्थ नव्हती. वेड्यावाकड्या स्वप्नांनी सतत चाळवली जात होती. का नाही? इतरांना स्वप्नातसुद्धा दिसणार नाही अशा भयंकर गोष्टी मी माझ्या हातांनी केल्या होत्या, डोळ्यांनी पाहिल्या होत्या.

दुसऱ्या दिवशी सकाळी मनाचा तोल बराच सावरला होता. आता आसपास अंधारलेली स्मशानभूमी नव्हती, दिवसाचा प्रकाश होता, माणसांची वर्दळ होती आणि नाना, तेव्हाच निर्णय घेतला - बाबांनी दिलेल्या हत्याराचा उपयोग करायचा.

"महादेव!"

"अरे, जे हत्यार हस्तगत करायला मी इतक्या भयंकर अनुभवातून गेलो होतो ते काय असं धुळीत, अडगळीत टाकून द्यायचं? नाही. मी ते वापरणार होतो आणि त्याच रात्री वापरणार होतो."

३

"रात्रीचं जेवण घेताघेताच मायाला सांगितलं की मी आजची रात्र बाहेरच्या खोलीत झोपणार आहे," महादेव पुढे सांगायला लागला, "नाहीतरी माझी मनःस्थिती काय आहे तुला माहीत आहेच. दिवस-रात्र - केव्हाही मला पळभराचीही चैन नसते. माझ्या वळवळीने तुझी मात्र झोपमोड व्हायची."

ती बिचारी काय -हल्ली कोणत्याही विषयावर माझ्याशी वादच घालत नसे. अकरा -सव्वाअकरापर्यंत टीव्ही पाहत होतो - नुसता पाहत होतो - पडद्यावरची हलती चित्रं. मनात पुढचे विचार चालले होते. शेवटी बाराला पाचसात मिनिटं कमी असताना मी दाराला आतून कडी घातली. टेबलाच्या ड्रॉवरमध्ये दुपारीच एक बशी आणून ठेवली होती ती काढून टेबलावर ठेवली. बाटलीतलं दोन चमचे दूध बशीत ओतलं. बाटली परत कपाटात ठेवून दिली आणि बाराला अर्धा

मिनीट कमी असताना बाबांचे ते तीन शब्द उच्चारले. खोलीतला प्रकाश एकदम मंदावला. गारेगार वाऱ्याची एक वावटळ खोलीत भिरभिरत होती. त्या वाऱ्याबरोबर एक वासही होता. ओल्या मातीचा वास. प्रकाश पूर्ववत झाला तेव्हा मला दिसलं - बशीपाशी मातट पांढऱ्या कपड्यात गुंडाळलेला एक लहानसा आकार आहे आणि त्यात वळवळ चालली आहे - त्या बशीतल्या दुधासाठी! मी दोन्ही हातांनी बशी झाकली आणि मनासमोर चित्र आणलं.

सरदारजी मला पैसे देतो आहे -

सरदारजी मला पैसे देतो आहे -

खोलीतला गारवा एकदम गेला. डोळे उघडले तेव्हा दिसलं की, बशीच्या शेजारचा तो आकारही गेला आहे. त्याच्या कामावर गेला असणार.

मी दिवा मालवला आणि एका खुर्चीत बसून राहिलो. काय, केव्हा आणि कसं होणार - मला कशाचीही काडीइतकीही कल्पना नव्हती.

एकाएकी खोली गार पडली. परत एकदा तो वास आला आणि मग आवाज.

आवाज थांबला, गारवा गेला, तेव्हा मी उठलो, दिवा लावला.

टेबलावरची बशी रिकामी होती. फक्त काठावर लालसर डाग होते.

मी ती बशी उचलली, प्लॅस्टिकच्या पिशवीत घातली, केराच्या डब्यात टाकली आणि दिवाणावर येऊन झोपलो; पण शांत झोप शक्य तरी होती का? माझ्या डोळ्यांदेखत काही काही विलक्षण, जवळजवळ अविश्वसनीय घटना घडत होत्या; पण त्यांचा मी एक केवळ अज्ञानी साक्षीदार होतो. डोक्यात उलटसुलट विचारांचं वादळ घोंघावत होतं. शांत झोप कशी येणार? मधूनमधून केवळ थकव्याने जराशी ग्लानी येत होती तेवढीच. अशाच एका ग्लानीत असताना बाहेरची घंटी वाजली. त्यामागोमाग दारावर कोणीतरी थापा मारत होता. घंटाही सारखी खणखणतच होती. दिवाणावरून उठून दारापर्यंत पोहोचायला एखाद मिनिटतरी लागलंच; पण घंटा आणि थापा दोन्ही चालूच होते. "हो! हो! आलो!" म्हणत मी दार उघडलं.

बाहेर सरदारजी उभा! नेहमी टिपटॉप अद्ययावत पोशाखात असायचा. आता त्याच्या अंगावर केवळ एक शाल होती, डोक्यावर त्यांचा तो रुमाल होता.

"अरे! सरदारजी!" मी नवलाने म्हणालो.

"सरदारजी गया भाडमें!" सरदारजी म्हणाला आणि शालीखालून त्याने एक हात बाहेर काढला. हातात नोटांचं बंडल होतं. "ले लो तुम्हारा पैसा!" तो म्हणाला; पण काही क्षण मला कशाचा अर्थच समजला नाही. मी तसाच उभा राहिलो. हातातलं बंडल हलवत सरदारजी ओरडला, "अरे घे म्हणतो ना! घे!!" शेवटी मी त्याच्या हातातलं बंडल घेतलं. "हुश्श!" सरदारजीने एक खूप मोठा उसासा सोडला. "मिल गया तुम्हारा पैसा?" त्याने विचारलं आणि तो जायला वळला; पण दोन पावलांवरच थांबला, वळला आणि माझ्याकडे पाहत गुरगुरत म्हणाला, "पता नहीं तुमने क्या किया है! मगर महादेवजी, एक बात गौर से सुनो, मैं तुमको छोडूंगा नहीं! कभी नहीं छोडूंगा!" आणि मग दाणदाण पाय आपटत सरदारजी निघून गेला. आत येऊन मी माझ्यामागे दार लावून की - बोल्ट सरकवला. तोवर माया बाहेरच्या खोलीत आलीच होती. तिने काही विचारायच्या आधीच मी म्हणालो, "तो सरदारजी आला होता. माझे पैसे परत करायला आला होता." मी तिला हातातलं नोटांचं बंडल दाखवलं. तिला बिचारीला या प्रकरणाचा उलगडाच होत नव्हता; पण तुम्ही तर म्हणत होतात त्याने तुम्हाला पार फसवलं! ती म्हणाली. "मला तरी काय माहीत?" मी म्हणालो. "कदाचित पापकर्माची उपरती झाली असेल. कदाचित आणखी एखादा बोकड हाती लागला असेल. आपल्याला कशाला पंचाईत? पैसे परत मिळाले ना! मग कसे काय मिळाले असोत! चल! "

पण पैसे कसे परत आले मला माहीत होतं. फक्त ते मी कोणापाशीही बोलू शकत नव्हतो. स्वतःशीच ते गुपित बाळगावं लागणार होतं.

"पण महादेव! तुझे पैसे परत मिळाले ना? मग आता कसली काळजी?"

"काळजी? अरे नाना, ही तर सुरुवात होती. ऐक."

मीही अशाच भ्रमात होतो की, आपल्यामागची कटकट संपली एकदाची. सरदारजीने त्या धमक्या दिल्या होत्या त्या मी फारशा गंभीरपणे घेतल्या नव्हत्या. वाटलं होतं, जाळ्यातून एक मासा सुटला. त्याच्या रागाचा हा थयथयाट असेल. दोन दिवस शिव्या देईल आणि बसेल गप्प; पण मी सरदारजीला खरा ओळखलाच नव्हता.

"आपली बँक कोपऱ्यावर आहे. त्या मागच्या रस्त्याने तू कधी गेला आहेस का, नाना? नाही? मी कधी कधी तिकडून जातो. बँकेमागेच एक रिकामा प्लॉट आहे. मग पुढे काही काही हाऊसिंग सोसायट्या आहेत; पण शापिंग एरिया नाही ना - सगळं कसं अगदी शांत असतं. त्या संध्याकाळी बँकेतलं काम झाल्यावर मी असाच मागच्या रस्त्याने निघालो.

"मोकळ्या प्लॉटवर एक टपरी आहे. मी मागच्या रस्त्यावर येताच टपरीतून पाच-सहाजण बाहेर पडले. एकाच्या हातात हॉकीस्टिक, एकाच्या हातात दंडुका, एकाच्या हातात साखळी, एकाच्या हातात गज - एखाद्या हिंदी सिनेमात गुंडाचं टोळकं दाखवतात ना, अगदी तसंच.

"मी पुढे चाललोच होतो. त्यांना जायला वाट देण्यासाठी मी जरा डावीकडे सरलो; पण ते गेले नाहीत. माझ्या भोवतीच कोंडाळं करून उभे राहिले. एकाने मला मागून धक्का मारला आणि तो गुरगुरत म्हणाला, 'क्यूं बे साले! क्या समझता है अपने आप को?' डोक्यात धोक्याची घंटा खणखणत होती. क्वचित प्रसंगी भीतीच हातापायाला गती देते. मी इतकी झटपट, हालचाल करीन याची त्यांनाही कल्पना नव्हती. माझ्या समोरच्याला मी जोरात मागे ढकलला आणि एकदम वळून बँकेच्या दिशेने पळत सुटलो. मध्यमवर्गाची भीड पाहा ना! एवढं जिवावर बेतलं असूनही आरडाओरडा करायचा विचारही मनात आला नाही. बँक पंधरावीस पावलांवर होती. केवळ म्हणूनच मी वाचलो बँकेच्या दारातून कोणीतरी दोघे बाहेर पडले. समोरचा प्रकार त्यांना क्षणार्धात समजला. 'अरे! अरे!' करत ते दोघे पुढे आले. तेवढं माझ्यामागच्या गुंडांना पळवून लावायला पुरेसं होतं; पण तोपर्यंत मला त्यांच्या गज-काठी-चेन-हॉकीस्टिकचा प्रसाद मिळालाच होता. एक फटका पाठीवर, एक खांद्यावर, एक पायाच्या पोटरीवर - आणखीही एकदोन. त्या दोघांनी आधार देऊन मला बँकेत आणलं, खुर्चीवर बसवलं. कोणीतरी पाण्याचा ग्लास आणून माझ्या हातात दिला. सगळे माझ्याकडेच पाहत होते. 'काय प्रकार आहे मलाही समजला नाही.' मी शेवटी म्हणालो, 'मला बँकेतून बाहेर पडताना त्यांनी पाहिलं असेल आणि कदाचित माझ्या पैशांवर डल्ला मारण्याचाही त्यांचा बेत असेल. मला खरंच काही माहीत नाही.'

'पोलिसांत फोन करू का?' कोणीतरी विचारलं.

'काय उपयोग होणार आहे? मला त्यांचं नीट वर्णनसुद्धा करता यायचं नाही. काही नको ती पोलिसांची झगझग. एक रिक्षा तेवढी थांबवा माझ्यासाठी.'

मी घरी आलो. जिना अगदी कसातरी चढलो आणि आत येताच एका खुर्चीत अंग टाकून दिलं. माझ्याकडे पाहत माया म्हणाली, "असे का दुखणेकऱ्यासारखे बसला आहात?"

"दुखणेकरीच आहे मी!" मी म्हणालो. ' 'बँकेतून बाहेर पडलो तर पाच-सात गुंडांनी माझ्यावर हल्ला केला."

"अगं बाई!" ती माझ्या शेजारीच येऊन बसली.

"एकदोघं मदतीला आले म्हणून वाचलो. नाहीतर काही धडगत नव्हती. तरी मार बसलाच. पाठीवर आहे, खांद्यावर आहे."

"अहो! काय सांगता तरी काय?"

"खरं तेच सांगतो आहे. आता असं कर -चांगला चहा कर. त्याच्याबरोबर एक पेनकिलर घेतो आणि पडून राहतो."

पण मायाने मला मॅनिला - बनियन काढायला लावला.

"अगं बाई|" ती कळवळून म्हणाली, 'केवढे वळ आहेत हो पाठीवर! बाई गं!"

ती घाईघाईने आत गेली. आयोडेक्स का काहीतरी घेऊन आली, पाठीवर चोळलं. मग चहाबरोबर मी पेनकिलर घेतली आणि कॉटवर पडून राहिलो. झाल्या प्रसंगामागचा सर्व अन्ययार्थ मला समजला होता. तो बदमाश सरदारजी आणि त्याचे भाडोत्री गुंड! कसा उफराटा न्याय होता पाहा! मला गंडा घालायला निघाला होता आणि माझे पैसे मी परत मिळवले तर आता माझ्याच जिवावर उठला होता! आज कपाळमोक्षच व्हायचा! ते नाहीतर दोनचार हाडंतरी नक्कीच मोडली असती. माझ्यावर त्यांनी पाळत ठेवली असली पाहिजे. एकाकी रस्त्याला लागताच त्यांनी मला गाठलं होतं. या खेपेस त्यांना जमलं नव्हतं; पण ते संधीसाठी टपून बसलेले असणार आणि मी? मी काय असाच चोवीस तास प्राणभयाच्या सावलीत वावरणार? कारण हा हल्ला काय - कोठेही आणि केव्हाही होऊ शकत होता. मला सुरक्षित असं ठिकाणच नव्हतं. अगदी घरसुद्धा नाही. एखाद्या रात्री पाच-सातजण घरात घुसायचे - नाहीतर घराला आग लावून द्यायचे!

शेवटी मनात मागेमागे असणारा विचार स्पष्टपणे समोर आला.

तो सरदारजी! त्याचा बंदोबस्त केल्याशिवाय मला सुरक्षितता मिळणार नव्हती. त्याच्याशी वैर नाही म्हणालो होतो ते खरंच होतं. मला फक्त माझे पैसे परत हवे होते; पण त्यानेच असं वैर धरल्यावर? तो असा माझ्या जिवावरच उठल्यावर?

मग मला पर्यायच राहिला नव्हता. बाबांनी माझ्या हाती एक प्रभावी शस्त्र दिलं होतं. ते वापरायची आता वेळ आली होती. तुम्ही खूप चांगलेपणाने वागाल; पण त्याने काही खलपुरुषांपासून तुमचा बचाव होत नाही.

बोलून बोलून (आणि वर्णन केलेल्या प्रसंगांच्या नाट्यमयतेनेही) महादेवला दम लागला होता. तो एक-दोन मिनिटं गप्प राहिला आणि मग परत बोलायला लागला.

"नाना, आता तो प्रयोग करायला मी अगदी अधीर झालो होतो. भीती तर होतीच. असल्या प्रकारांबद्दलची भीती कधी कमी होईल का? पण मनात जो संताप उसळत होता, तो या भीतीवरही मात करीत होता. एक-दोन दिवस शरीराची हालचाल जरा कठीण जात होती; पण मला काही प्रत्यक्षात कोणाशी दोन हात थोडेच करायचे होते?

मी दुसरीच रात्र निवडली. मायाला सांगितलं, "मी बाहेरच्या खोलीत दिवाणावर झोपणार आहे. माझ्या कण्हण्या -कुंथण्याने तुझी झोपमोड व्हायला नको. झोप आली नाही तर एखादी कॉम्पोज घेईन. माझ्या वळवळीने तू डिस्टर्ब व्हायला नकोस."

ती बिचारी काय - कशालाच कधी नाही म्हणायची नाही.

"नाना, पुन्हा पुन्हा ते वर्णन करत बसत नाही. खोलीला आतून कडी घातली, बशीत थोडंसं दूध घेतलं. बाराच्या ठोक्याला ते शब्द उच्चारले... सर्व काही मागच्यासारखंच! तो धक्का - तो गारवा - तो वास - मात्र, क्षणभर मीही अगदी पागल झालो असलो पाहिजे. डोळ्यांसमोर कोणती चित्रं येत होती, माहीत आहे? ते रात्रीच त्याच्या शेजारी आलं आहे, लगट करतं आहे, नाहीतर जेवायच्या वेळी डायनिंग टेबलावरच आलं आहे, नाहीतर सरदारजी गाडी चालवत असताना एकदम त्याच्या मांडीवरच आलं आहे, नाहीतर ऑफिसमध्ये एकदम समोरच्या टेबलावर आलं आहे. खोलीतला गारवा गेला तेव्हा मी भानावर आलो. ते आपल्या कामावर गेलं होतं. मी दिवा मालवून टाकला, खोलीच्या

दाराला बाहेरून कडी घातली आणि बाहेर दिवाणावर जाऊन झोपलो. झोपेचा विचारही अशक्य होता. तासाभराने उठून त्या खोलीत डोकावून पाहिलं. बशीतलं दूध नाहीसं झालं होतं... कडेवर तेच ते लालसर मातीचे डाग... मी मनासमोर अनेक ठिकाणं आणि अनेक वेळा आणल्या होत्या... ज्या अर्थी ते माझ्या खोलीत प्रगट होऊ शकत होतं त्या अर्थी त्याच्या हालचालींवर रूढ अर्थाने अंतरं, दारं -खिडक्या यांची बंधनं नव्हती... कदाचित काळाचीही बंधनं नसतील... त्याच्यासाठी भूत-वर्तमान-भविष्य या सर्व कालखंडात सहज संचार शक्य असेल... काही गोष्टी त्याने आज पहाटेच केल्या असतील, काही तो आता रात्रीचा करत असेल, काही तो उद्या करणार असेल... काल-आज-उद्या या विभागण्या आपल्यासाठी. त्याला काहीही शक्य होतं. मी ती रिकामी बशी प्लॅस्टिकच्या पिशवीत घालून कचऱ्याच्या डब्यात टाकून दिली.

"एकदोन दिवसांनी सरदारजीची आडून आडून चौकशी केली आणि जे कानावर आलं त्याने मला खरंच समाधान वाटलं. सरदारजीला मेंटल हास्पिटलमध्ये दाखल केलं होतं. जास्त खोलात जाऊन चौकशी करण्याची गरज नव्हती आणि खात्री होती सरदारजीचे ते भाडोत्री गुंड आता माझ्या वाटेस जाणार नाहीत. त्यांचा दादाच पागलखान्यात गेला एवढं त्यांना समजेल; पण त्यामागची कार्यकारण परंपरा? कधीही नाही."

महादेवने पुन्हा एकदा मिनिटभराची विश्रांती घेतली.

"मागचे सगळे प्रश्न मिटल्यासारखे वाटले. तो सांगायला लागला, "मला इतकं सुखी-समाधानी वाटत होतं की, मायाला घेऊन मी आठ दिवसांसाठी कोकणच्या सहलीवरही गेलो. तू विचारत होतास, आठवतं? अरे, एकदम असा सफरीवर निघालास? नाना, मी तुला काय सांगणार? म्हटलं ना; ते इतर कोणाच्याही कामासाठी नव्हतं. परत आलो. रोजच्या कार्यक्रमात गर्क झालो. अरे, आजकालचं आपलं आयुष्य डे-डेट यांच्यावर चालतं. तिथी आणि रास आणि नक्षत्र यांचा विचारही आपल्या मनाला शिवत नाही. नाना, मला माहीत नव्हतं, परवाची रात्र अमावास्येची होती. बाबांचे शब्द मी विसरूनच गेलो होतो. त्या रात्री त्याला दूध द्यायला हवं - द्यायलाच हवं. आमंत्रणाशिवाय ते हजर होतं; पण मी पार पार विसरूनही गेलो होतो रे! आठवलं केव्हा? मध्यरात्री -

बारा वाजता. मी झोपेत होतो. मानेच्या उजव्या बाजूला कसलातरी ओला गारेगार स्पर्श झाला. अर्धवट जाग आली. लगोलग तो वासही नाकात शिरला. ओलसर मातीचा वास आणि शरीर पार बधिर करून टाकणारा गारवा. डोळ्यांवरची झोप खाडकन उतरली. मनात खोलवर कोठेतरी ही जाण असलीच पाहिजे. सर्व भयानक प्रकार क्षणार्धात ध्यानात आला. ते त्याच्या दुधासाठी आलं होतं.

"घाईघाईने उठलो, स्वयंपाकघरातून एक बशी आणली, कपाटातून ती दुधाची बाटली काढली आणि बाहेरच्या खोलीत आलो. मनाशी देवाची प्रार्थना करीत होतो - देवा! मायाला जाग न येऊ दे! तिच्या नजरेस हा भयानक प्रकार न पडू दे! बाटली उघडून उजव्या हातात धरली होती, बशीत दूध ओतत होतो - धप्! आवाज करून ते बशीपाशी हजर झालं. इतकं अचानक की मी घाईघाईने मागे सरलो, हातातली बाटली टेबलाच्या कडेवर आपटली, हातातून सुटली, खालच्या फरशीवर पडली आणि खळखळत फुटली. त्या क्षणीही जाणवत होतं हे दूध फार फार मोलाचं आहे; पण ते आता खालच्या फरशीवर पसरलं होतं. बाटलीच्या बुंध्याचा इंचभराचा भाग शाबूत होता. त्याच्यात काय तीनचार चमचे दूध होतं तेवढंच मागे राहिलं होतं. बाकी सारं मातीत मिसळलं होतं. आतापुरतं वर बशीत दूध होतं - हातात फुटकी बाटली घेऊन मी खोलीबाहेर आलो, एका लहान बाटलीत ते दूध भरून ठेवलं आणि मग जरा वेळाने परत आत गेलो. टेबल रिकामं होतं. या खेपेची निकड भागली होती. ती बशी, त्या फुटक्या काचा, सर्वकाही एका कागदात भरून मी ते कचऱ्याच्या डब्यात टाकलं. खोलीवरून एकदा नजर फिरवली आणि मग दिवा बंद करून बाहेर दिवाणावर येऊन पडलो.

"आता जेव्हा विचाराला जरासा वेळ मिळाला तशी मला माझ्या परिस्थितीची खरी कल्पना आली. म्हणजे या दुधाची तलवार माझ्या डोक्यावर सतत टांगती राहणार होती. फार तर आणखी एका खेपेस पुरेल एवढं दूध शिल्लक होतं - पण मग? आलं परत त्या बाबांकडे जाणं. त्याने आणखी दूध दिलं तरी त्याची किंमत चुकती करावी लागणार आणि त्या क्षणीच ध्यानात आलं या गोष्टी इतक्या सहजसोप्या असणार नाहीत. कारण आता मी पूर्वीसारखा स्वतंत्र राहिलो नव्हतो. त्याचा सल्ला मानला होता, त्याचं हत्यार वापरलं होतं. आता त्या मार्गावरून मागे फिरणं नाही. सतत पुढे पुढेच जावं लागणार होतं. शेवटास काय

होतं मला माहीत नव्हतं; पण ते काही फार चांगलं नसणार अशी धास्ती वाटत होती. त्या बाबांनी काही मदत केली तरच यातून काही मार्ग निघण्यासारखा होता. तेव्हा त्यांची पुन्हा भेट घेणं आलं आणि नाना, काल संध्याकाळीच मी त्यांना भेटायला गेलो होतो."

महादेवच्या विलक्षण हकीकतीने अशी काही वेडीवाकडी वळणं घेतली होती की, मी केवळ ऐकतच राहिलो होता. त्याने वर्णन केलेलं सर्वच रोजच्या अनुभवविश्वाच्या पार पलीकडचं होतं. या अनुभवांच्या व्याख्येसाठी माझ्यापाशी शब्द नव्हते. त्यांची कशाशीही तुलना होऊ शकत नव्हती. तेव्हा मी फक्त ऐकतच राहिलो.

"काल संध्याकाळीच त्यांच्याकडे गेलो होतो. त्यांच्या रेशमी गादीवर ते आरामात पहुडले होते." महादेव सांगायला लागला. महादेव पुढे गेला, नमस्कार करून जरा अंतरावर बसला.

"महादेव, नाही का? काय? झालं का काम?"

"हो, झालं ना बाबा."

"मग इथे कशासाठी आलास?"

"बाबा, एक प्रॉब्लेम झालाय - "

"आता कसला प्रॉब्लेम?"

"बाबा, काल अमावास्या होती -"

"ते साऱ्या जगाला माहीत आहे - ते का सांगायला आलाहेस?"

"नाही, नाही; पण ते माझ्या लक्षात नव्हतं ना! मध्यरात्री एकदम ते हजर झालं."

"होणारच! तुला आधीच कल्पना नव्हती का दिली?"

"हो, पण ती लक्षात नव्हती राहिली. त्याला एकदम पाहताच माझी अगदी तारांबळ उडाली. त्याला दूध दिलं; पण त्या धावपळीत हातातनं बाटली खाली फरशीवर पडली आणि सगळं दूध फरशीवर सांडून गेलं." महादेव गप्प बसला.

बाबा गादीवर उठून बसले.

"सगळं दूध सांडून गेलं? काहीही शिल्लक नाही?"

"नाही."

"मग मोठ्ठाच प्रश्न आला म्हणायचा! पुढच्या खेपेस काय करणार आहेस?"

"मलाही तीच कळजी आहे. म्हणून तर तुमच्याकडे आलो आहे बाबा."
महादेव हात जोडून म्हणाला, "आणखी दुधाची मागणी करण्यासाठी त्याची जी
काही किंमत असेल ती द्यायला मी तयार आहे. मिळू शकेल ना दूध?"

"मिळेल की! न मिळायला काय झालं?"

"मग सांगा काय किंमत असेल ती! आता चुकती करतो."

"चुकती करणार?"

"हो, फक्त तुम्ही सांगा."

जरा पुढे वाकून बाबा हलक्या आवाजात म्हणाले, "महादेव, असं कर. तुझ्या
बायकोला आज रात्री इथे पाठवून दे. उद्या सकाळी ती परत येईल तेव्हा दूध
घेऊनच येईल."

"काय?" महादेवचा आपल्या कानांवर विश्वासच बसत नव्हता."

"काय बहिरा आहेस की काय? सांगितलेलं ऐकलं नाहीस का?"

"बाबा! तुम्ही माझ्या पत्नीला - माझ्या पत्नीला - "

"हो! तुझ्या बायकोला पाठव म्हणून सांगतो आहे! दूध हवं आहे ना? मग
त्याची ही किंमत आहे."

आतून भडकून उठलेल्या संतापाने महादेवचा सारासार विचार पार जळून
खाक झाला. पुढे झेप घेऊन त्याने बाबांचा गळा दोन्ही हातांनी धरला आणि
गळा आवळत तो संतापाने ओरडला, "साल्या-"

पण तेवढ्यात बाबांचे शिष्य धावत आलेच. त्यांनी महादेवच्या हातांची बोटं
मोकळी केली आणि त्याला मागे खेचला. दोन्ही हातांनी गळा चोळत चोळत
बाबा महादेवकडे विषारी नजरेने पाहत होते. "तू माझ्या अंगावर हात टाकलास?"
त्यांचा आवाज चढला नव्हता, खर्जातलाच होता. "आजवर कोणाकोणाचाही
धीर झाला नाही मला स्पर्श करायचा - ते तू केलंस! ठीक आहे! पाहून घेईन!
आणि मग भक्तांकडे पाहत एक हात घराच्या दिशेने करत ते म्हणाले, "न्या रे
त्याला ओढत! आणि पार दाराबाहेर नेऊन टाका! आणि पुन्हा इथे आसपास
दिसला तर चांगला बडवून काढा. हातपाय मोडले तरी चालतील. मी आता
पाहतो त्याच्याकडे. हलवा त्याला इथून."

"नाना ", महादेव सांगायला लागला, "हे काल संध्याकाळी झालं. तेव्हापासून
क्षणाचीही चैन नाही बघ. रात्र कशीतरी तळमळत काढली आणि सकाळी

सकाळीच तुझ्याकडे आलो आहे. असा दुसरा कोण आहे की ज्याच्यापाशी मी इतक्या मोकळेपणाने बोलू शकतो? मला एकट्याला ते सारं यापुढे मनात ठेववेनाच बघ - म्हणून तुझ्याकडे आलो. नाना, मला काही सुचेनासंच झालं आहे रे!"

महादेवची हकीकत किती वेड्यावाकड्या वळणांतून गेली होती! केवळ तोच सांगत होता म्हणून मी त्याच्या शब्दांवर शंका घेतली नाही. शेवटी मी म्हणालो, "महादेव, अशा भलत्या वाटेला जाण्याआधी स्वतःशी दहा वेळा तरी विचार करायला हवा होतास की नाही? आणि एवढं सगळं रामायण झाल्यावर माझ्याकडे आलास - त्याआधी का नाही आलास?"

महादेव जरा वैतागाने म्हणाला, "नाना, आता जरतरची भाषा करण्यात काय अर्थ आहे? व्हायच्या त्या गोष्टी होऊन गेल्या आहेत आणि हे बघ - मला काही दोष देण्याआधी हे ऐक - मी काही त्या सरदारजीच्या जिवावर उठलो नव्हतो. मला फक्त माझे पैसे परत हवे होते. नाहीतरी पैशांसाठी लोक हजारोंनी दिवाणी-फौजदारी लावतातच की नाही? मला त्याने सफाईने फसवलं होतं. पैसे परत मिळवण्यासाठी मी जमेल तो मार्ग वापरला यात काय चूक आहे? आणि त्या सरदारजीने माझ्यावर हल्ला करून प्रकरण असं विकोपाला नेलं नसतं तर पुढचं काहीच झालं नसतं. खरं आहे की नाही?"

महादेवच्या सांगण्यात आणि गृहितांत अनेक तर्कदुष्ट विसंगती होत्या; पण आताची त्यांच्यावर ऊहापोह करण्याची वेळ नव्हती. "महादेव," मी म्हणालो, "हे बघ, मी आज संध्याकाळी त्या बाबांची भेट घेतो. त्याला चार शब्द सांगायचा प्रयत्न करून पाहतो. तू आता असं कर - सरळ घरी जा आणि विश्रांती घे. मी संध्याकाळी तुझ्याकडे येतो. मग पाहूया - ठीक आहे? मग आता सरळ घरी जा."

४

संध्याकाळी सहाच्या सुमारास मी महादेवने दिलेल्या पत्त्यावर पोहोचलो. बंगला मोठा आहे, महादेव म्हणाला होता; पण इतका मोठा असेल याची मला

कल्पना नव्हती. प्रॉपर्टीभोवती उंचच्या उंच दगडी भिंत होती. खूप मोठ्या दुहेरी गेटमधून आत प्रवेश होता. आत विस्तीर्ण बाग होती. हिरवळ, फुलझाडांचे ताटवे, कारंजी, लँडस्केपिंग, क्रेझी पेव्हमेंट - सगळं काही. समोर प्रशस्त दोन मजली बंगला होता. सर्व दर्शनी भागासमोर एक प्रशस्त व्हरांडा होता. आता प्रवेशासाठी तीन दारं होती. मी व्हरांड्यातून आत हॉलमध्ये पाऊल ठेवलं. अगदी राजेशाही थाट! खाली डिझाइनची मोझेक टाइल. त्यावर जाड जाड गालिचे. छताला टांगलेली मोठमोठी झुंबरं. भिंतींना मोठमोठे बिलोरी आरसे आणि दिवाणखान्याच्या मधोमध एक लांबरुंद बिछायत - वर रेशमी वस्त्र पसरलेलं. आणि त्या बिछायतीवर लोडाला टेकून बसलेले बाबा. महादेवने त्यांचं वर्णन केलंच नव्हतं. म्हणून तो धक्का जास्त अनपेक्षित, जास्त तीव्र होता.

स्थूल शरीर, कळकट वर्ण, पसरट चेहरा, फताडं नाक आणि तांबारलेले डोळे. या व्यसनी, नमकहराम, हलकट माणसाला मायाची शय्यासोबत हवी होती!

माझा राग मी कसा आवरला माझं मलाच माहीत. हालचालींवर आणि आवाजावर ताबा ठेवणं फार फार कठीण जात होतं. पुढे होऊन त्यांना नमस्कार करून, गादीशेजारी बसलो.

"काय प्रॉब्लेम आहे?" खर्जातला असंस्कृत, गुरगुरता आवाज.

"प्रॉब्लेम माझा नाही - माझ्या एका मित्राचा आहे."

"मग तुम्ही इथे काय करता आहात? त्या मित्राला पाठवा की!"

"बाबा, तो तुमच्याकडे आला होता. दोनदा आला होता. त्याचं नाव महादेव."

बाबांचे डोळे एकदम विस्फारले. त्यांना सर्वकाही आठवलं असलं पाहिजे.

"अच्छा! म्हणजे त्या महादेवचे तुम्ही दोस्त तर!"

"हो, आणि त्याच्यावतीने तुमची माफी मागायला आलो आहे. त्याचं सगळं वागणंच चुकलं; पण बाबा, एक ध्यानात घ्या - हा महादेव अगदी साधा माणूस आहे हो! असल्या प्रकाराची त्याला सवय काय, माहितीही नाही. रात्री त्याचा सगळा गोंधळच झाला आणि बाटली फुटल्यावर तर त्याचं डोकंच काम करेनासं झालं. स्वभावाने जरा तापटच आहे म्हणून त्याच्या हातून तुमची अशी आगळीक झाली. त्याला माफ करा, बाबा."

एक हात हवेत उडवून बाबा म्हणाले, "ठीक आहे - ठीक आहे - तुम्ही एवढं म्हणताच आहात तर जातो आम्ही विसरून. त्याला म्हणावं भिऊ नकोस."

"पण बाबा," मी हलकेच म्हणालो, "त्याला ते आणखी दूध हवं होतं."

बाबांच्या चेहऱ्यावर एक घाणेरडं हास्य आलं. "देऊ की दूध त्याला; पण त्यासाठी काय किंमत मोजावी लागेल ते त्याला सांगितलं आहे."

"बाबा -" मी अगदी हलकेच म्हणालो; पण त्यांनी मला पुढे बोलूच दिलं नाही. एक बोट सरळ दाराच्या दिशेकडे केलं.

तेव्हा मग बोलणंच संपलं.

महादेवच्या घराचं अंतर दीडदोन किलोमीटर सहज होतं; पण मी पायीच चालत निघालो. संध्याकाळची हवा तशी चांगली होती. शिवाय विचारालाही वेळ हवा होता. महादेव बिचारा दोन्ही बाजूंनी कात्रीत सापडला होता. एक बाजूला ते दर अमावास्येला दुधासाठी हजर होणारं... काय? त्याला नाव तरी काय द्यायचं? तर दुसऱ्या बाजूने या बाबांच्या धमक्या आणि अत्यंत बीभत्स अशा मागण्या... माझ्या डोळ्यांसमोर खरोखरच एका प्रचंड कात्रीच्या दोन लखलखत्या धारदार बाजू जवळ जवळ येताना दिसत होत्या. महादेव कसा सुटणार? काही दैवी चमत्काराने तो जर या पात्यांच्या वाटेतून दूर झाला तर ती पाती एकमेकांवर आपटतील... मला वाटायला लागलं या विचारातच महादेवच्या प्रश्नाचं काहीतरी उत्तर असावं. मनात अगदी मागे, अगदी अस्पष्ट, धूसर अशी एक अंधुकअंधुक कल्पना तरंगत होती. मनाची एक खासियत असते... एखाद्या विषयावर मनाला जरा फसवावं लागतं... तो विषय मनातून दूर करायचा... म्हणजे कोठेतरी सर्व काही क्लिक होतं... तसंच झालं. या समस्येचं एक उत्तर - निदान - एक संभाव्य उत्तर तरी - माझ्या डोळ्यांसमोर आलं. आसपास अगदी गुडूप अंधार होता - त्या अंधकारात आशेचा निदान एक किरण तरी दिसायला लागला.

महादेव घरी माझी वाटच पाहत होता. मायाही त्याच्या शेजारी बसली होती. "अगंबाई! भाऊजी!" मला पाहताच ती उठून उभी राहत म्हणाली, "अगदी देवाची कृपाच म्हणायची, तुम्हाला इथे यायची बुद्धी झाली ते! अहो भाऊजी, काल संध्याकाळपासून तर यांच्या वागण्याचा मला काही अर्थच लागेनासा झाला आहे. खात नाहीत, पीत नाहीत, बोलत नाहीत. प्रश्नाला उत्तर देत नाहीत. मी

तर अगदी रडकुंडीला आले आहे हो -" खरोखरच मायाच्या डोळ्यांत पाणी आलं आणि तिला तरी दोष कसा द्यायचा?

मायाने दिवाणावरची रिकामी केलेली जागा मी घेतली आणि म्हणालो, "वहिनी, महादेव आज सकाळी माझ्याकडेच आला होता आणि आज संध्याकाळी इथे यायचं मी त्याच्यापाशी कबूल केलं होतं. आता एक करा. झकास चहा करून आणा. बरोबर सँडविच, टोस्ट, बिस्किटं, काहीतरी आणा." माझ्याकडे एकदा पाहून माया स्वयंपाकघरात गेली. महादेव माझ्याकडेच पाहत होता. त्याने भुवया उंचावून काम झालं का असा निःशब्द प्रश्न केला. त्याच्या खांद्यावर हात ठेवत मी म्हणालो, "आधी चहा घे - काहीतरी खा - मग बोलू आपण."

पुढच्या सर्व बेताची मी मनातल्या मनात आखणी करीत होतो. सात-आठ मिनिटांत माया ट्रे घेऊन बाहेर आली. एक टीपॉय आणून तो तिने आमच्यासमोर ठेवला. त्याच्यावर ट्रे ठेवला. चहा, बिस्किटं, खाज्या, बाखरवड्या, शंकरपाळे. एक कप उचलून मी महादेवच्या हातात दिला आणि म्हणालो, "महादेव, आता माझं ऐक. चहा आणि त्याबरोबर काहीतरी घे."

चहाचा रिकामा कप खाली ट्रेवर ठेवता ठेवता मी म्हणालो, "वहिनी, आता मी काय सांगणार आहे त्याच्याकडे नीट लक्ष द्या. महादेवचा काय प्रॉब्लेम आहे ते नंतर पाहू. आधी तुम्हाला विश्रांतीची गरज आहे. गेले दोन दिवस तुम्ही सतत मानसिक ताणाखाली आहात. तुम्हालाही झोप आली नसेल - आता माझं ऐका. आपला चहा झाला की तुम्ही तुमची पर्स घेऊन माझ्या घरी जा. रात्रीच्या मुक्कामासाठीच जा. मी इथे रात्रभर असणार आहे. तुम्ही महादेवची अजिबात काळजी करू नका. सौ. ला सांगा ही सूचना माझीच आहे. वाटलं तर ती मला फोन करील - फोनवर तिला सर्वकाही सांगेन. तेव्हा लागा निघायच्या तयारीला."

"पण भाऊजी, रात्रीच्या जेवणाचं काय?"

"ते आम्ही दोघं पाहून घेऊ. फ्रीजमध्ये पाहू, कपाटात पाहू, स्टँडमध्ये पाहू, आमची उपासमार होणार नाही हे नक्की. चला, लागा तयारीला."

"अहो -" ती महादेवकडे वळून काहीतरी बोलणार होती.

"वहिनी, त्याला काहीही विचारत बसू नका. सर्वकाही मी पाहतोय ना? मग मी सांगतो तसं करा. जा." माया आत गेली. स्वयंपाकघरात तिने काहीतरी आवराआवर केली असावी. आठ-दहा मिनिटांत साडी बदलून, हातात पर्स

घेऊन ती बाहेर आली आणि एकदा आम्हा दोघांकडे पाहून ती घराबाहेर पडली.

आता मला त्या रात्रीतल्या प्रसंगाचं वर्णन करायचं आहे. जे जे दिसलं त्याचं वर्णन तर करणारच आहे; पण दिसलं ते केवळ आपल्या दुर्बल मानवी नजरेसाठी होतं. स्थळ -काल -जाणीव यांच्या चौकटीबाहेर ज्या काही अनाकलनीय, भीषण घटना घडत होत्या, त्यांच्या डोळ्यांना दिसत होता तो एक अगदी क्षीणसर प्रक्षेप होता. ज्यांना आपल्या जगात सर्वसाधारणपणे प्रवेश नसतो (आणि नसावा) अशा काही अघोरी शक्ती त्या रात्रीच्या काळोखात लवलवत आपल्या भीषण कार्यावर निघाल्या होत्या. मी मनात एवढीच आशा करू शकतो की त्या धुमसत्या, सर्वग्राही, अविरुद्ध शक्ती एकमेकांवर टकरून नाश पावल्या असतील. पुन्हा आपल्या साध्या जगात पदार्पण करणार नाहीत.

वहिनी गेल्यावर त्यांच्यामागे दार बंद करून मी दिवाणावर येऊन बसताच महादेवचा अपेक्षित प्रश्न आलाच. "नाना, गेला होतास का? काय झालं?"

"हो, गेलो होतो." मी म्हणालो. "महादेव, त्या बाबाकडे एक नजर टाकताच तुझ्या ध्यानात यायला हवं होतं. संपर्क ठेवण्याच्या लायकीचा हा माणूस नाही, अगदी धोकेबाज आहे. असो. झालं ते झालं. मी त्याला भेटलो, दोन शब्द सांगितले. अगदी जो भडकला होता तो जरासा नरम झाला. सध्या तुला त्याच्याकडून प्रत्यक्ष धोका नाही; पण त्याने तुझ्याकडे जी किंमत मागितली त्यावर एक शब्दही बोलायला तो तयार नाही."

"म्हणजे -?" महादेवचा आवाज चढला होता.

"हो. तीच मागणी त्याची आहे. पुरी करायची का नाही हे आपल्या हाती आहे. महादेव, या सर्व प्रकरणात एकच गोष्ट त्यातल्या त्यात बरी झाली आहे. तू त्याला जे काही सांगितलंस -त्यावरून त्याची अशी कल्पना झालेली आहे की तुझ्यापाशी आता त्या दुधातलं काहीही शिल्लक नाही. हो की नाही? म्हणजे तो असं धरून चालला आहे की पुढली अमावास्या यायच्या आधीच तुला काहीतरी निर्णय घ्यावाच लागेल; पण प्रत्यक्षात तसं नाही आहे. आणखी एका खेपेस पुरेल एवढं दूध तुझ्यापाशी शिल्लक आहे. हो की नाही? मग ठीक आहे.

“म्हणजे आपल्याला जवळजवळ दोन महिन्यांचा अवधी आहे. हो की नाही? ठीक आहे. महादेव, मी याच्यावर बराच विचार केला आहे. आता तुला विचारतो त्या प्रश्नांची नीट विचार करून उत्तरं दे. तू तुझी हकीकत त्या बाबांना सांगितलीस - लागलीच त्यांनी तुला त्यावर इलाज सांगितला. आता मी चेटूक-जारण-मारण-करणी यासंबंधात जे काही ऐकलं आहे त्यावरून असं दिसतं की, एखाद्या व्यक्तीविरुद्ध करही करणी करायची असल्यास त्याची मेणाची नाहीतर मातीची बाहुली बनवतात आणि त्या बाहुलीला त्या व्यक्तीचा काहीतरी अंश - मग तो केस असेल, ते एखादं नख असेल. तो एखादा रक्ताचा थेंब असेल, असे काहीतरी रुतवतात. असं म्हणतात की या अवशेषांमुळे त्या घातकी शक्तीस नेमकी दिशा सापडते; पण बाबांनी तुझ्यापाशी असलं काहीही मागितलं नाही, हो की नाही?”

“नाही.”

“मला असं म्हणायचं आहे की, केवळ सरदारजीविरुद्ध वापरण्यासाठी त्यांनी हे शस्त्र तुझ्यापाशी दिलेलं नाही असाच त्याचा अर्थ होतो की नाही?”

“हो, तसं वाटतं खरं.”

“मग, आता माझ्या मनात काय कल्पना आली आहे ती ऐक. त्या बाबांनी तुला दिलेलं हे शस्त्र तू त्यांच्यावरच का चालवत नाहीस?”

“अं?” महादेव नवलाने म्हणाला.

“हो. त्यांच्यावरच का चालवत नाहीस? त्याला काय प्रत्यवाय आहे? मला तरी काही अडचण दिसत नाही. त्याचा उपयोग होवो न होवो - तुला ते वापरायची मोकळीक आहे. आता आपण तर्कशुद्ध पद्धतीने एकेका शक्यतेचा विचार करूया. समजा, तू त्या शस्त्राचा वापर त्या बाबाविरुद्ध केलास आणि त्याचा काहीही परिणाम झाला नाही तरी नंतरही तुला पूर्ण एक महिन्याचा अवधी आहे. बरोबर?

“आता समज, प्रत्यक्षात ते शस्त्र त्या बाबावर चालू शकलं तर मग आणखी दोन शक्यता समोर येतात. एक - बाबा ते शस्त्र निरुपयोगी करू शकतील. त्या केसमध्ये तुला त्या बाबाशी दोन हात करावे लागतील; पण ही दर अमावास्येला दूध पुरवण्याची भयानक सक्ती तरी तुझ्यामागे राहणार नाही. त्याऐवजी समज - ते शस्त्र जास्त प्रभावी ठरलं. त्या बाबाचा काटा निघाला, तरी तुला एक पूर्ण

महिन्याचा अवधी मिळणारच आहे. म्हणजे तुझ्या आताच्या परिस्थितीत फारसा फरक पडणार नाही आहे. शेवटी निर्णय तूच घ्यायचा आहेस; पण केवळ हातावर हात ठेवून प्रवाहपतितासारखं येणाऱ्या आपत्तीपुढे कच खाणं यात पुरुषार्थ नाही. ती म्हण आहे ना - डेस्परेट टाइम्स रिक्वायर डेस्परेट रेमीडीज - असा अतिरेकी प्रसंग आला की त्याविरुद्ध अतिरेकी मार्गच वापरावे लागतात. सर्व साधकबाधक विचार करून मी तुला हा मार्ग सुचवत आहे; पण शेवटी निर्णय तुझाच आहे."

माझं बोलणं संपलं होतं. त्यानंतर काही क्षण महादेव डोळे मिटून शांतपणे बसला होता. मिनिटभरात त्याने डोळे उघडले आणि त्याच्या बसण्यात एक नवाच ताठपणा आला. त्याच्या डोळ्यांत एक नवी चकाकी आली होती. "नाना," तो म्हणाला, "अरे, मलाही असं हातपाय आखडून नुसतं गप्प बसणं पसंत पडत नव्हतं रे; पण काय करायचं ते सुचत नव्हतं. आता तू मला वाट दाखवली आहेस. आणि त्या वाटेने मी जाणार आहे. तो हलकट बाबा! माझ्या मायाची अब्रू लुटायला निघाला होता! तुझं म्हणणं अगदी खरं आहे, नाना. आता माझ्या हातात काहीही नाही, मी अगदी असह्य झालेलो आहे, अशा घमेंडीत तो वावरतो आहे. मला जर हल्ला करायची संधी मिळाली तर त्याचंच मला फार फार समाधान मिळणार आहे. भले माझा हल्ला यशस्वी होवो अथवा न होवो; पण त्याच्या उद्दाम बेशरमपणाबद्दल त्याला एक जबरदस्त टोला देण्याचा प्रयत्न मी केला याचं तरी समाधान मला नक्कीच मिळेल. नाना, मी तयार आहे. प्रयत्न तर करणारच. मग त्याचे परिणाम काहीही होवोत. ते मी भोगायला तयार आहे."

खाण्यापिण्याचा प्रश्न निघाला तेव्हा मी सुचवलं की, आपण आज रात्री काही जेवण घेऊच नये. कारण रात्रभर जागरण करत बसायची वेळ येण्याची शक्यता होती. महादेवकडे बेंझेड्रिनसारख्या काही गोळ्या असत्या तर त्यांची मदत झाली असती. आठ-सव्वाआठच्या सुमारास मी महादेवला सुचवले, "आपण साडेअकराचा गजर लावून ठेवू आणि आरामशीरपणे पडून राहू." नाही नाही ते तर्ककुतर्क करण्यात किंवा उगाच काहीतरी विषय उकरून काढून निरर्थक गप्पागोष्टी करण्यात काही अर्थ नव्हता. झोप येण्याची शक्यता नव्हतीच; पण त्यानेही

काही फारसं बिघडणार नव्हतं. मानसिक नाही, तर निदान शारीरिक विश्रांती तरी मिळाली असती.

महादेवचं सांगता येत नाही. मला मात्र डुलकी लागली आणि गजराच्या खणखणाटाने जाग आली. महादेव जागाच होता. आम्ही चांगली सात-आठ कप कडक कॉफी बनवली, एकेक कप घेतली, बाकीची थर्मासमध्ये भरून ठेवली.

बाराला पाच मिनिटं असताना आम्ही त्या मागच्या खोलीत गेलो. टेबल खोलीच्या मध्यभागी होतंच. टेबलावर बशी ठेवली आणि महादेवने कपाटातून ती लहानशी बाटली आणली आणि त्यातलं दूध बशीत ओतलं. दोन चमचे असेल. (मनात विचार आला, बाबांनी महिन्या -दीड महिन्यापूर्वी हे दूध महादेवला दिलं. त्याने ते काही डीप फ्रीजरमध्ये वगैरे ठेवलं नव्हतं. मग ते अजून नासलं कसं नाही?)

टेबलाच्या दोन्ही बाजूंना आम्ही दोघं उभे होतो. मला तर वाटलं, एका सीमारेषेवर आपण उभे आहोत. काही सेकंदातच आपला एका संपूर्ण नव्या, संपूर्ण अज्ञात अनोख्या मितीत प्रवेश होणार आहे. महादेवच्या मनात कोणते विचार चालले असतील? मी त्याच्या चेहऱ्याकडे नजर टाकली आणि मला धक्काच बसला. त्याचा चेहरा काय भयंकर झाला होता! दात गच्च आवळले होते, चेहरा रक्तवर्णी झाला होता; पण ते डोळे! आतून पेटून उठलेल्या संतापाने जळणारे लाल डोळे! या शेवटच्या क्षणी कदाचित बाबांनी केलेल्या त्या अश्लाघ्य, बीभत्स मागणीचा विचार त्याच्या मनात आला असेल. त्याचा चेहरा खरोखरच भयंकर दिसत होता. मनात विचार आला, ही खूण चांगलीच आहे. या संतापाच्या भरात त्याच्या मनात भीतीला जागाच राहणार नाही.

महादेवने ते शब्द उच्चारले.

ते शब्द उच्चारताच आसपास काय बदल होतो याचं वर्णन त्याने सविस्तरपणे केलं होतं; पण शब्द कधी अनुभवाची जागा घेऊ शकतील का? प्रत्यक्ष तो अनुभव घेतल्याखेरीज त्यातली जीवघेणी दाहकता समजणारच नाही.

खोलीतला प्रकाश एकदम मंदावला. खोली गार पडली आणि खोलीत वास पसरला. एका प्रतिक्षिप्त क्रियेने डोळे घट्ट मिटून घेतले होते. डोळे उघडले तेव्हा दिसलं की बशीशेजारी ते मुटकुळं आहे.

ओल्या मातीचा वास होताच; पण त्यात एक दुर्गंधीही होती. असणारच. त्या मृतदेहाचं दफन झाल्याला आता दोन महिने होऊन गेले होते. त्याचा परिणाम होणारच.

माझी नजर महादेवच्या चेहऱ्याकडे गेली. विस्फारलेल्या डोळ्यांनी तो खाली पाहत होता. दात गच्च आवळले होते. चेहरा लाल झाला होता. कानशिलाजवळच्या शिरा फुगल्या होत्या आणि एका क्षणात टेबलावरचं मुटकुळं अदृश्य झालं होतं. फासे तर टाकले होते. बघू काय दान पडणार होतं ते.

महादेवचं शरीर एकदम ढिलं पडलं. तो आणि त्याच्या मागोमाग मी, असे आम्ही दोघं शेजारच्या शेजारच्या खुर्च्यांवर येऊन बसलो. यापुढचा वेळच कठीण जाणार होता. कारण आमच्या हाती फक्त वाट पाहणं एवढंच होतं. मी महादेवशी बोलायला लागलो; पण माझ्या नकळत माझा आवाज खालचा, दबका असा येत होता.

"त्याला परत यायला किती वेळ लागतो रे?" मी विचारलं.

"नाना, आपला वेळ आणि त्याचा वेळ यात फार फरक आहे; पण दोनदा तरी ते तासा-दीड तासात परत आलं आहे."

सुरुवातीस ताठ झालेलं शरीर सावकाश सावकाश सैल पडलं. साधारण एकच्या सुमारास मी थर्मासमधली गरम कॉफी दोघांसाठी कपात घेतली.

दीड वाजला. दोन वाजत आले. ही प्रतीक्षा फारच कठीण जाणार होती. मी काहीतरी सांगण्यासाठी महादेवकडे वळणार होतो, तोच ते झालं. एका क्षणभरात झालं.

बशीमधल्या दुधातून फर्सर्सर्स असा आवाज आला आणि अगदी क्षणभरात ते दूध नासून त्याच्या पिवळ्या-पांढऱ्या गाठी झाल्या. खोलीत विलक्षण दुर्गंधी सुटली. त्या घटनेचा अर्थ समजायला काही वेळ जावा लागला. मग ते उमगलं.

बाबांच्या मंत्रसामर्थ्याने ते दूध अजून नासलं नव्हतं. ते आता नासलं. ते शुद्ध ठेवणारी शक्ती नाश पावली होती. म्हणजे त्या बाबांचाही नाश झालेला असणार; पण मग मनात एक नवीच धास्ती जागून उठली. आता जर ते दुधासाठी परत आलं तर? त्याला द्यायला दूधच शिल्लक नव्हतं. त्या तास-सव्वा तासातला सेकंद सेकंद जीव ओरबाडून घेऊन मागे जात होता. त्याच्यापासून कोणतंही

सरक्षणाचं साधन आम्हाला उपलब्ध नव्हतं. सर्वत्र आणि सर्व काळात प्रवास करणारं ते - ते दीडदोन तास जन्मभर माझ्या आठवणीतून जाणार नाही आहेत.

शेवटी पहाटेचे चार वाजत आले. आता तिथे एका जागी बसणं अशक्य झालं होतं आणि शिवाय मनात आणखी एक कडवट विचार होता - कोणत्याही ठिकाणी महादेव त्याच्यापासून सुरक्षित नव्हता.

मी उठलो, महादेवचा हात धरून त्याला उठवलं.

"महादेव, इथे थांबणं म्हणजे स्वतःचे हाल करून घेणं आहे. चल - आपण त्या बाबांच्या बंगल्यावर जाऊ. पाहूया तरी काय झालंय ते."

एक शब्दही न बोलता तो माझ्याबरोबर निघाला. पहाटेचा गारवा आता जाणवायला लागला होता. त्याने एक जाड स्वेटर घातला, मी अंगाभोवती एक शाल घेतली. नासक्या दुधाची ती बशी, रिकामी झालेली दुधाची बाटली, सर्व काही आम्ही एका प्लॅस्टिकच्या पिशवीत घातलं आणि घराबाहेर पडल्यानंतर जी पहिली लागली त्या कचऱ्याच्या पेटीत ती पिशवी फेकून दिली.

आम्ही चालत राहिलो तशी शरीरात हळूहळू ऊब यायला लागली. आता आम्ही प्रत्यक्षच त्या बाबांच्या बंगल्यावर जाणार होतो आणि तिथे काय झालं ते (काही झालं असलं तर!) दिसणारच होतं. तेव्हा चर्चा वायफळ ठरली असती.

शेवटचं वळण घेतलं आणि लांबवरूनच आम्हाला बाबांच्या बंगल्याबाहेरचा दिव्यांचा लखलखाट आणि माणसांची गर्दी दिसली. आम्ही जसे आणखी जवळ आलो तशी मोठ्या फाटकाबाहेरची पोलिसांची निळी गाडी दिसली. रस्त्यावर, आत बागेत खूप माणसं जमली होती. पोलीस तरी कोणाकोणाला बाहेर काढणार? आम्हीही फाटकातून आत शिरलो. बागेत लोक होते, व्हरांड्यातही होते. आम्ही व्हरांड्यात गेलो आणि तिथल्याच एका दारातून दिवाणखान्यात आलो. जरा एका बाजूने पुढे गेल्यावर दिसलं की बाबा त्यांच्या रेशमी गादीवर अस्ताव्यस्त पडले होते. पोलिसांचे फोटोग्राफर वेगवेगळ्या कोनातून त्यांचे फोटो घेत होते.

ते जेव्हा आमच्या बाजूला आले आणि त्यांच्या प्रकाशाचा फोकस बाबांच्या शरीरावर पडला तेव्हा दिसलं की त्यांची मान उजवीकडे वळली होती. डाव्या कानाखाली एक लालसर डाग होता आणि त्यांचा डावा हात लांबवर पसरला

होता आणि त्या हातात एक मळकट फडकं होतं. बाबांच्या अंगावर आणि खालच्या गादीवर लालसर मातीचे डाग, मातीची ढेकळं पडली होती.

आम्ही पाहिलं तेवढं पुरेसं होतं. महादेवच्या खांद्याला स्पर्श करून मी त्याला चलण्याची खूण केली आणि गर्दीतून वाट काढत शेवटी आम्ही रस्त्यावर आलो. पहाटेपहाटेच एक अमृततुल्य उघडलं होतं. तो रामभरोसे त्याची भट्टी शिलगावतच होता. आम्ही आतल्या एका टेबलापाशी बसलो. आमचं बोलणं झालं ते खालच्या आवाजातच झालं. मी म्हणालो, "महादेव, या प्रकारावर आपण आता अखेरची चर्चा करणार आहोत. यानंतर त्याबद्दल कधी चकार शब्दही काढायचा नाही. राईट?"

"हो."

"मी तुला हे का केलंस, ते का केलंस, असा तुझ्या कोणत्याही कृतीचा जाब विचारणार नाही. झाल्यागेल्या गोष्टींवर तुझा तू विचार करशीलच. तुझ्या हातून चुका तर अनेक झाल्या आहेत; पण सर्वांत वाईट चूक या बाबांकडे जाण्यात केलीस. दोष त्यांचा नाही, तुझा आहे. तो काही तुला बोलवायला आला नव्हता. एखाद्या कोळ्यासारखं तो आपलं जाळ पसरून बसलाच आहे. तुझ्यासारख्या माश्याच आपल्या पावलांनी त्याच्या जाळ्यात शिरतात आणि मग त्याची शिकार बनतात - कायमची शिकार.

"तुझ्याजवळचं दूध जर खरोखरच संपलं असतं तर काय झालं असतं त्याचा जरा विचार केलास का? दुधाच्या एकेका चमच्यासाठी त्याने तुझ्याकडून हजार -हजार रुपये उकळले असते. जन्मभर तू त्याच्यासाठी राबत राहिला असतास. तू काय त्याच्या जाळ्यात सापडलेला एकटाच आहेस की काय? अर्थात नाही! इतरही अनेक असणार आणि त्यांच्याच रक्ताच्या पैशांवर त्याचा बंगला - बगिचा, गाड्या, ऐशआराम चालला आहे. तू सुदैवी म्हणून त्याच्या कचाट्यातून सुटलास आणि नकळत तुझ्या हातून एक सत्कार्यही झालं. त्या इतर असंख्य जीवांच्या नरडीला लागलेला जन्माचा फास तू तोडून टाकला आहेस. ते आता स्वतंत्र आणि सुखी होतील. मी पण तुझ्या खोलीत अंग चोरून बसलो होतो आणि आपल्या नजरेपलीकडे, जाणिवेपलीकडे या दोन भीषण शक्तींचा संघर्ष चालला होता; पण माझ्या मनात आणखी एक विचार येतो - आणखीही कितीतरी गोष्टी आपल्या जाणिवेच्या आवाक्याबाहेरच्या आहेत.

"कितीतरी गोष्टी आपण अपघात किंवा योगायोग असं मानून चालत असतो; पण प्रत्यक्षात ते तसे असतात का? सरदारजीच्या भेटीपासून ते आजच्या उत्पाती रात्रीपर्यंत तुझ्यावर गुदरलेले प्रसंग काय निव्वळ योगायोग होते? का त्यांच्यामागे या बाबांसारख्या नीच, उन्मार्गी, पापी माणसाच्या नाशाची एक सुप्त योजना होती? मला एवढंच म्हणायचं आहे, स्वतःला जास्त दोष देत बसू नकोस. असंही असेल, की एका पवित्र, दैवी शक्तीने काही काळापुरता तुझा हत्यार म्हणून वापर केला होता."

आमच्या गरम चहाचे ग्लास टेबलावर आले. तो कडक, मसालेदार चहा अगदी अमृतासारखा मधुर लागला. त्यामागे कदाचित मनाचा स्वैर मोकळेपणाही असेल.

मी आणि महादेव माझ्या घराच्या वाटेने निघालो.

❏

महंतांचे प्रस्थान

महावीर आर्यसंबंधात मी काहीकाही (त्याच्याच तोंडून) ऐकलेल्या 'कहाण्या' (आमच्या क्लबचे सीनिअर सभासद सोमण यांच्या शब्दात) सांगितलेल्या आहेत; पण त्या सर्वांच्याच वाचनात आल्या असण्याची शक्यता नाही. तेव्हा या महावीर आर्यसंबंधात दोन शब्द सांगणं अनुचित ठरणार नाही.

आधी नाव - महावीर आर्य. मला तर अशी शंका येते की हे त्याचं खरं नाव नसावंच. काही कारणाने त्याने ते नाव घेतलं असावं. विशेष म्हणजे त्याच्या या नावाखेरीज आमच्यापैकी कोणालाही त्याच्यासंबंधात इतर काहीही माहिती नाही. त्याच्या वयाचा अंदाज बांधता येतो - तिशीच्या आसपासच असावं. शरीरयष्टी तर समोरच असते. शरीर चांगलं कमावलेलं आहे; पण हालचालीत एक विलक्षण चपळता आहे. वेषावरूनही त्याच्या व्यवसायाचा काही अंदाज बांधता येत नाही - कारण कधी तो संपूर्ण पाश्चिमात्य पोशाखात असतो, तर कधी झब्बा-सलवार-शाल असे कपडे असतात, तर कधी डेनिमचं जॅकेट-जीन्स -जाड बूट असा पेहराव असतो.

मात्र एक गोष्ट सर्वांनी अनुभवली आहे. त्याच्या बोलण्यात गर्व, अहंकार, उपहास याचा गंधही नसतो. आमच्या क्लबमधल्या अगदी साध्यातल्या साध्या सदस्याशीही (उदाहरणार्थ मी) तो मोकळेपणाने बोलतो; पण आता काय - झालं आहे, ज्या ज्या वेळी तो क्लबमध्ये आला आहे त्या त्या वेळी त्याने काहीतरी अफलातून अनुभव सांगितलेला आहे. तेव्हा तो आला की आमची सर्वांची हीच अपेक्षा असते - आता हा आर्य काहीतरी नवीन, थरारक (कदाचित अविश्वसनीय) अशी हकीकत सांगणार.

तेच ते सोमण त्याला एकदा म्हणालेदेखील, "काय हो आर्य, काहीतरी भडक, थरारक, रहस्यमय कथा सुचल्याखेरीज क्लबमध्ये यायचंच नाही असं ठरवलं आहे की काय तुम्ही? कारण आलात की काहीतरी ऐकवल्याखेरीज राहतच नाही तुम्ही."

"अहो सोमण," आर्य हसत म्हणाला, "जिथे आपल्या गुणांचे चीज होते, जिथे गुणांची कदर होते, तिथेच त्यांचं प्रदर्शन करण्यात मजा असते, नाही का. इथे पाहा ना, मंडळी माझ्या लहानसहान, साध्यासाध्या गोष्टी किती आवडीने ऐकतात." आणि मग तो जरासा हसत म्हणाला, "अर्थात हे खरं आहे की सर्वांचाच माझ्या अनुभवाच्या खरेपणावर विश्वास बसत नाही; पण त्यांचंही निदान घटकाभराचं मनोरंजन होतंच असेल, हो की नाही?"

शेवटचे वाक्य बोलताना तो सोमणांच्याकडे पाहत होता. एकवार खांदे उडवून सोमणांनी नजर फिरवली. मागे एकदोनदा महावीरने त्याच्या अनुभवांचे पुरावे म्हणून कधी रंगीत पावडरी, कधी मोत्यासारख्या गोड्या, कधी डावाच्या कुप्या काढल्या होत्या आणि समोरच्या सर्वांना त्याच्या प्रयोगात सहभागी होण्याचं आव्हान दिलं होतं. ते कोणीही स्वीकारलं नव्हतं हा भाग वेगळा.

क्लबातल्या सीनिअर आणि बुजुर्ग सभासदांसमोर मी सहसा काही बोलत नसे; पण आता माझ्याच्याने राहावलंच नाही. "आर्य-" मी म्हणालो, "तुमच्यावर विश्वास न ठेवणारा एखादा असेलही; पण आमचा सर्वांचा विश्वास आहे. तुम्ही आमचा हिरमोड करू नका. तुमचा एखादा नवा अनुभव ऐकायला आम्ही फार उत्सुक आहोत."

"जोशी, हो की नाही?" आर्य हसत म्हणाला, "नाही. तुमची निराशा होणार नाही आहे. मला गेल्या काही दिवसांत खरोखरच एक मोठा विलक्षण, चमत्कारिक, स्पष्टीकरण करण्यास जरा अवघडच, असा अनुभव आला आहे."

२

"एकाच ठिकाणी सतत वास्तव्य हे माझ्या स्वभावात बसतच नाही." महावीर सांगायला लागला, "कोणत्या ना कोणत्या कारणासाठी, किंवा एखादेवेळी

काहीही कारण नसलं तरी माझी सतत भटकंती चालू असते. अनेक आदिवासी, दुर्गम विभागांतूनही मी गेलेलो आहे. आपली अशी समजूत आहे की जरा वेगळ्या पोशाखातला माणूस दिसला की ते त्याच्याशी संशयाने वागतात; पण ती समजूत चुकीची आहे. पुस्तकी शिक्षण नसलं म्हणजे काही ते लोक मूर्ख नाहीत. आज हजारो वर्षं त्यांचे व्यवहार अगदी व्यवस्थित चाललेले आहेत. मानवी स्वभावाचं त्यांना उत्तम ज्ञान असतं. बाहेरच्या पेहेरावापेक्षा माणसाच्या बोलण्यावागण्यावरून, त्यांच्या देहबोलीवरून ते त्याची पारख करतात. मित्र का शत्रू ते ठरवतात. माझ्यात काय विशेष आहे मला माहीत नाही; पण मला कोठेही शत्रुत्वाची भावना अनुभवावी लागली नाही.

"आता त्या सातपुड्याच्या जंगलभागात मी कशासाठी गेलो होतो विचाराल, तर मला उत्तर देता यायचं नाही. कोठेतरी काहीतरी ऐकलं असेल, डायरीत नोंद केली असेल, मग त्या भागात गेल्यावर आठवण झाली असेल - ते काहीही असो, मी गेलो होतो एवढं खरं. खरा आदिवासी भाग. काही लहान लहान गावं तर अशी आहेत की त्यांनी गाडी -मोटार -विमान काय, साधी मोटारसायकलही पाहिलेली नाही. त्यांना बॅटरी -स्टोव्ह -काडेपेटी माहीत नाही. ठिणगी पाडण्यासाठी ते गारगोटी-पोलाद वापरतात. विश्वास बसायला अगदी कठीण आहे, नाही का? पण अगदी खरं.

"मी ज्या वस्तीत पोहोचलो तिथले लोक स्वतःला दहुरा-दौरा-दवरा-देवरा असं काहीतरी म्हणवून घेतात. झाडं-झुडपं-फांद्या-सावल्या यांच्यात मिसळून जाण्याची, कॉमॉफ्लॉजची कला त्यांनी इतक्या नैसर्गिकपणे साध्य करून घेतली आहे की त्यांची इच्छा नसेल तर तुमच्यापासून पाच पावलांवरचा देवरासुद्धा तुम्हाला दिसणार नाही. तुमची श्रवणशक्ती कितीही तीक्ष्ण असली तरी त्यांच्या हालचालीच काय, श्वासोच्छ्वासाचासुद्धा आवाज तुमच्या कानावर येणार नाही. मला आणि त्यांना, दोघांना एकमेकांचं अस्तित्व जाणवलं ते एका अपघाती योगायोगानेच.

"साधारण दहा वर्षांची झाली की त्यांची मुलं जवळजवळ स्वयंपूर्ण होतात. आपला तीरकमठा घेऊन ती एकट्या एकड्यानेही जंगलात शिकारीला जातात. ज्याला आपण फॉरेस्ट लोअर म्हणतो - म्हणजे जंगलज्ञान - त्यांच्या नसानसांतून भिनलेलं असतं. तो साधारण बारा वर्षे वयाचा मुलगा माझ्या पाठलागावर किती

वेळ होता मला माहीत नाही. तरीही मी काही साधासुधा पथिक नाही - चोरटे, अनैसर्गिक आवाजसुद्धा माझ्यापासून लपून राहत नाहीत; पण त्याच्या आसपासच्या वावराची मला यत्किंचितही कल्पना नव्हती.

''झाडाची फांदी मोडल्याचा कडकड आवाज आला - त्यामागोमाग काहीतरी जमिनीवर जोराने पडल्याचा आवाज आला आणि त्यामागोमाग अनवधानाने निघालेला; पण लगेच दाबला गेलेला विव्हळण्याचा आवाज कानावर आला. काय झालं होतं ते क्षणार्धात स्पष्ट झालं. कोणीतरी झाडावरून पडलं होतं. जखमी झालं होतं; पण स्वतःला लपवण्याची खटपट करीत होतं. खरं तर अशा प्रदेशात आसपास कोणीकोणी असणार अशी एक अंतर्मनातली भावना होतीच - तेव्हा माझ्या प्रतिक्रियेला दोन सेकंदाहून जास्त वेळ लागला नाही. ज्या बाजूने आवाज आला होता तिकडे मी गेलो; पण जरा सांभाळूनच. माणूस जनावराच्या पातळीवर गेला की मग तो जखमी जनावरासारखाच जखमी झाला तर जास्तच धोकेबाज होतो. शेवटी त्यांचा संघर्ष नेहमी मृत्यूशीच असतो, नाही का?

''एका झाडाखाली साधारण बारा -तेरा वर्षांचा मुलगा दोन्ही हातांनी उजव्या पायाचा घोटा दाबून धरून बसला होता. मी माझ्या हालचालींचा आवाज लपवण्याचा अजिबात प्रयत्न केला नाही. माझ्या येण्याच्या दिशेने त्याचे डोळे लागून राहिले होते. माझे कपडे म्हणजे डेनिमचं जॅकेट, डेनिमची पँट आणि हायकिंगचे जाड बूट. आपण स्वतःला इतके गृहीत धरून चालतो की इतरांच्या नजरेला आपण कसे दिसत असू याचा विचारच आपल्या मनात येत नाही आणि हा मुलगा तर अगदी संपूर्ण अनभिज्ञ - त्याला बाहेरच्या जगाचं किंचितसंसुद्धा ज्ञान नव्हतं. त्याला मी खरोखरच एखाद्या राक्षसासारखा नाहीतर समंधासारखा भासलो असलो पाहिजे. भीतीने त्याचे डोळे असे काही विस्फारले की - खरा प्रकार माझ्या ध्यानात आला. मी होतो तिथेच थांबलो. दोन्ही हातांनी त्याला शांत राहण्याची खूण केली. बोलण्यात काही अर्थ नव्हता. शब्दांचा अर्थ त्याला समजला नसता आणि आताची त्याची अवस्था समजून घेण्याचीही नव्हती. मी अगदी सावकाश पुढे गेलो. त्याच्या नजरेतला भीतीचा भाव बराच कमी झाला. मी त्याच्याजवळ उकीडवा बसलो आणि दोन्ही हातांनी त्याचे हात अलगद दूर केले. घोटा चांगलाच सुजला होता. नक्कीच मुरगळला असणार - फ्रॅक्चर झालं नसलं तर!

“मी खांद्यावरचा पॅक खाली घेतला. माझ्या स्वतःवर माझ्या भटकंतीत असे अनेक प्रसंग आले आहेत. एकट्याने आडबाजूला प्रवास करायचा म्हणजे सर्व प्रसंगांना तोंड द्यायची तयारी ठेवावीच लागते. मी पाण्याची बाटली काढली. औषधांचा डबा उघडला. स्ट्राँग पेनकिलरची एक गोळी हातात घेतली. ग्लासमध्ये पाणी ओतलं. ग्लास आणि गोळी त्याच्या पुढे केली. हातानेच खाऊन टाक अशी खूण केली. माझ्या हावभावावरून मी कोणी कर्दनकाळ नाही, त्याचा मित्रच आहे एवढी तरी त्याची खात्री झाली असावी. त्याने गोळी तोंडात ठेवली. वर पाण्याचे दोन घोट घेतले. मी बॅगमधलं बँडेज काढलं, त्याचा घोटा दोन्ही बाजूंनी चांगला घट्ट बांधला. पॅकमधलं सामान परत पॅकमध्ये भरलं. उघड होतं की, तो त्या दुखावलेल्या पायावर भार देऊ शकणार नव्हता. आसपास नजर टाकताच हवी तशी चांगली दीडदोन इंच व्यासाची, काटे-कुसळं नसलेली फांदी दिसली. ती मी चाकूने तोडली आणि एका हातात काठी घेऊन एक पाय लंगडत टाकत चालण्याची नक्कल केली. त्याच्या नकळत त्याच्या चेहऱ्यावर एक मंद स्मित आलं. त्याला सर्वकाही बरोबर समजलं होतं.

“मी काठी पुढे केली आणि हात पुढे केला. त्याने जराशी हिचकिच केली; पण ती जेमतेम दहा सेकंद. मग माझा हात धरून तो उभा राहिला आणि उजव्या हातात त्याने काठी घेतली. मग मला दिसलं त्याने बरोबर आणलेला तीरकमठा खाली पडला होता. मी तो उचलला, त्याच्या खांद्याला अडकवला, आणि त्याला चलण्याची खूण केली.

“तास सव्वातास तरी आम्ही चालत होतो. अंतर बरंच होतं हे एक, शिवाय वाट चढउतार होती आणि मुख्य म्हणजे काठीच्या साहाय्याने चालताना त्याचा चालण्याचा वेग खूपच मंदावला होता. शेवटी एक मळलेली पायवाट लागली तेव्हा अंदाज केला की त्याची वस्ती जवळ आली आहे. ती पायवाटच पुढे जराशी रुंद झाली होती - हाच त्यांच्या वस्तीत जाण्यायेण्याचा रस्ता! झाडी जराशी विरळ झाली आणि एका बऱ्याच उंच टेकडीच्या जराशा उभ्या कड्याच्या पायथ्याशी बांधलेली त्यांची घरं समोर आली.

“आम्हाला दोघांना येताना पाहताच वस्तीत जरा हलचलच माजली. पाचसहा वयस्कर माणसं घराबाहेर येऊन उभी राहिली. मी मोकळ्या रिंगणाच्या बाहेरच उभा राहिलो. माझ्याबरोबरचा मुलगा पुढे गेला, मग माझ्याकडे हात दाखवून तो

बोलत होता. त्याच्या पडण्याची आणि माझ्या मदतीची हकीकत सांगत असावा. शेवटी त्याने एक हात वर करून मला जवळ यायची खूण केली मी पुढे जाता जाता त्या लोकांचं निरीक्षण करत होतो. मध्यमपेक्षाही जराशी कमीच उंची, कोळपलेला काळा वर्ण, अरुंद कपाळ, जराशी फेंदाडी नाकं, खूप रुंद जिवण्या, उंचीच्या मानाने खांदे खूप रुंद, बहुतेकांची पोटं सुटलेली (कदाचित स्वतः बनवलेली दारू घेत असावेत!) सर्वांच्या चेहऱ्यावर राकट करड्या रंगाच्या दाढ्या, कोणाच्याही पायात पायताण नाही. मागची घरं कुडाची वाटणारी, वर झावळ्यांचं छप्पर, कुत्री -शेळी - जनावरं यांची काहीही खूण नाही. अशी या देवरा जमातीशी माझी पहिली गाठ पडली.

"जमातीचे लोकही माझी वेशभूषा पाहून चकित झाले होते. नवीन आणि वेगळं म्हणजे धोक्याचं, हा जंगलचा पहिला नियम आणि हे देवरा तर खरे जंगलीच. तेव्हा मला पाहताच त्यांच्या डोळ्यात नवल आणि त्याचबरोबर भीतीही आलीच. अर्थात त्यांच्याच जातीतल्या एकाला मी मदत केली होती आणि त्याने माझी शिफारसही केली होती. शेवटी ज्या वृद्धाला त्या मुलाने घडलेला प्रसंग सांगितला होता. तोच वृद्ध जरा पुढे झाला आणि माझ्या खांद्याला स्पर्श करीत म्हणाला, "या."

"तो वृद्ध, त्याच्या मागे मी, आणि माझ्यामागे तो काठीच्या आधाराने लंगडत चालणारा मुलगा - असे तिघे जण एका बसक्या दाराच्या झोपड्यात शिरलो. दारातून जो काय येईल तेवढाच प्रकाश - त्यामुळे आधी आतलं काही नीट दिसतच नव्हतं. आतल्या अंधुक प्रकाशाला नजर जरा सरावली तेव्हा दिसलं, की खालची जमीन मातीची आहे; पण धोपटून सपाट गुळगुळीत केलेली आहे. भिंती कुडाच्या होत्या. छप्पर झावळ्यांचं होतं. भिंतीपाशी एक मातीचा रांजण होता. लहानमोठ्या बऱ्याच वेताच्या विणलेल्या टोपल्या, करंड्या असं काही काही होतं. एका भिंतीपाशी गवताची चटई पसरली होती, तिच्यावर म्हातारा बसला आणि हाताने शेजारची जागा थोपटून त्याने मला शेजारी बसण्याची खूण केली. आमच्या मागे आलेला मुलगा दारावर उभा होता. म्हाताऱ्याने एकदोन शब्द उच्चारताच तो लंगडत आत आला. टोपलीतल्या दोन करवंट्या उचलून घेत तो रांजणापाशी गेला, एक एक करवंटी आत घालून ती त्याने बाहेर काढली आणि आधी म्हाताऱ्याला आणि मग दुसरी मला आणून दिली.

पाणी होते. प्यावे की नाही, मनात क्षणभर विचार आला; पण या पाणी देण्याच्या कृतीला त्यांच्या संस्कृतीत काही खास महत्त्व असण्याची शक्यता होती, तेव्हा मी ते पाणी पिऊन टाकलं. मग खूण करून त्या मुलाला जवळ बोलावलं. दुखावलेल्या घोट्यावर तास दीड तास चालण्याचा ताण पडला होता. घोटा चांगलाच सुजला होता. खासच खूप दुखत असावा; पण तो पोरगा कसा तयार! तोंडातून कण्हण्याचा नाही, कसलाच आवाज येत नव्हता; पण मी आता त्याला गोळी वगैरे देणार नव्हतो. त्यांच्या जमातीत जाणते वैदू असणारच - काय उपचार करायचे ते करतील. काही लागलं, दुखलं, खुपलं, लहानशी जखम -इजा-दुखापत झाली तर आपल्यासारखी गोळी घेऊन पडून राहण्याची चैन त्यांना परवडण्यासारखी नव्हती. आयुष्याच्या त्यांच्यावरच्या मागण्या फार निष्ठुर होत्या. जो थांबला तो संपला हा निसर्गाचा क्रूर न्याय - त्यांनाही त्याच न्यायाने वागावं लागत होतं.

"म्हातारा बोलायला लागला. बोलण्यात काही मराठी, काही हिंदी, काही अगदी चक्क संस्कृत (!) तर काही अगदी वेगळे (कदाचित पूर्वापार चालत आलेले, मूळ आदिवासी भाषेतले) असे शब्द होते. जरा प्रयासाने का होईना; पण संभाषण शक्य होतं. मला त्यांच्या जमातीबद्दल कुतूहल होतं. मी काही कोणी वंशशास्त्रज्ञ नाही. किचकट शास्त्रीय परिभाषेत आणि समस्यांमध्ये मला स्वारस्य नाही. माझं कुतूहल प्रॅक्टिकल होतं. कोणती माहिती केव्हा उपयोगी पडेल हे कधीच सांगता येत नाही.

"त्या मुलाचं नाव तांभू होतं आणि तो म्हाताऱ्याला (जो त्याचा आजोबा होता) दादो म्हणून हाक मारायचा. (मग समजलं, त्यांच्या भाषेत दादो म्हणजेच आजोबा) चटईवर बसून जरा वेळ होतो तो दादोने तांभूला त्यांच्या भाषेत काहीतरी सूचना दिल्या. तांभू झोपडीबाहेर गेला आणि पाच-सात मिनिटांत चारपाच पत्रावळी घेऊन आला. आपल्या पळसाच्या पानासारखीच पिवळट गोल पानं, काड्यांनी टाचलेली. चटईसमोर त्याने तीन पत्रावळी मांडल्या. कोपऱ्यातल्या करंड्याशेजारी आणून ठेवल्या. अल्पोपाहार किंवा भोजन - काहीही म्हणा, त्याची ही तयारी होती आणि मला सडकून भूक लागली होती.

एका करंडीतून त्याने सामोशाच्या आकाराचे किंचित मातट लालसर रंगाचे दोन दोन काप वाढले. उसाचे किंवा गोड ज्वारीचे वाटणारे करवे दुसऱ्या करंडीतून

वाढले. शिवाय कसल्या तरी शेंगा होत्या आणि लालसर लहान टोमॅटोच्या आकाराची फळं होती. सामोसा वाटणारा तुकडा खारवलेल्या मांसाचा होता. चवीला छान; पण चावायला जरा चरबट, वातड; पण दाताखाली जरा चावल्यानंतर एक वेगळीच, जराशी गोड चव येत होती. हा त्यांचा रोजचा आहार होता का माझ्यासाठी खास बेत केला होता हे कळायला काही मार्ग नव्हता; पण समोर आलं ते अन्न मी नाकारलं नाही. उलट त्या मांसाचा आणखी एक चौकोन मागून घेतला. मग गार पाणी. मग दादोने त्याची मातीची चिलीम काढली. तंबाखूच भरली की एखादी वेगळीच स्थानिक (अफूसारखी) वनस्पती भरली समजायला मार्ग नव्हता. पोलाद आणि गारगोटी यांनी ठिणग्या पाडून त्याने चिलीम शिलगावली आणि भिंतीला पाठ लावून त्याने तंद्री लावून दिली. तांभूला खूण करून मी आणि तो बाहेर उघड्यावर आलो. चिलमीच्या धुराने डोक्यात कलकल व्हायला लागली होती.

मी या वस्तीत चार दिवस राहिलो. इतके विविध अनुभव घेतलेल्या मलासुद्धा हा अगदी वेगळा अनुभव होता. ही एक संपूर्ण अनोखी जीवनपद्धती होती. ते लोक जंगली, वनवासी. आदिवासी होते; पण रानटी नव्हते. आसपासच्या परिस्थितीला सोयिस्कर अशी एक जीवनशैली त्यांनी अंगीकारली होती - स्वयंपूर्णता हा त्या शैलीचा स्थायीभाव होता. आज शेकडो वर्षे ते निसर्गाशी जुळवून घेऊन असे राहत होते आणि बाहेरच्या नागर कृत्रिम व्यवस्थेचा हस्तक्षेप झाला नाही तर आणखीही शेकडो वर्षे ते असेच राहतील - फारसा बदल न होता. अर्थात त्यांना माहीत होतं, वीस-पंचवीस मैलांवरच एक वेगळं जग आहे. कदाचित त्यांच्यातले काही असंतुष्ट आत्मे वस्ती सोडून बाहेरच्या जगात जातही असतील. वस्तीतल्या काही हिकमती लोकांनी तर एक प्रकारचा व्यवसायच सुरू केला होता. रानावनातल्या औषधी, फळं, मारलेल्या जनावरांची सुकवलेली चामडी, शिंगं असलं काही काही आसपासच्या खेड्यातून विकायचं आणि त्याच्या बदल्यात जुने कपडे, इतर काहीकाही आणायचं (पैशांच्या नाण्यांना, नोटांना त्यांच्या दृष्टीने काहीच किंमत नव्हती. त्या पैशांचं ते काय करणार?) आणि त्या वस्तू स्वतःच्या आणि आसपासच्या वस्त्यांतून बार्टर पद्धतीने द्यायच्या. आसपास वस्त्या होत्याच. दोनदोन, अडीचअडीच मैलांवर वीस-पंचवीस घरांच्या अशा

वस्त्या होत्या. या वस्त्यांवरचे कोणी कोणी असे जुने कपडे, काही काही घेऊन येत. ज्याला जे परवडेल ते तो वापरत होता. एखाद्याच्या अंगावर जुना कोट, एखाद्याच्या अंगात रंगीत बंडी, एखाद्याच्या कमरेभोवती (मुंडाशाचं काढलेलं) लाल कापड, नाहीतर एखाद्या पँटमध्ये हंटर अँट गॅदरर्स. आयुष्य जगणारी माणसे. कंद, मुळं, फळं वेचून आणणारी. बाकी मग शिकार - प्राणी सरपटणारा असो, पोहणारा असो, उडणारा असो, नाहीतर पळणारा असो - यांच्या लेखी सर्व 'खाद्य'च. एकदोन दिवसांत माझी तांभूशी चांगली मैत्री जमली होती - त्यांनी त्यांचं एक गुपित मला सांगितलं. शिकार करताना ते बाणाच्या टोकाला एक खास वनस्पतीच्या सालीपासून काढलेला अर्क लावत. दक्षिण अमेरिकेत 'क्युरेट' नावाचं विष वापरतात तसाच हा अर्क. एवढंच नाही, तर त्याने मला बांबूची एक छोटीशी कुपीही दिली - तिच्यात या अर्काचे सात-आठ थेंब होते. माझ्या संरक्षक-आक्रमक साधनांत पडलेली एक अमूल्य भर.

मी त्या वस्तीत पोहोचल्याच्या चौथ्या दिवशी वस्तीवरच्या लोकांची बरीच धावपळ सुरू झाली. तांभूकडून समजलं की, दोन-सव्वादोन महिन्यांनी कधीतरी सर्व वस्त्यांवरचे लोक 'देवाच्या मुंई' जवळ जमतात. त्यांचे जे कोणी देवऋषी, मांत्रिक असतील ते ग्रह -नक्षत्रांच्या स्थानांवरून हा मुहूर्त काढीत असत. तेव्हाच मी ठरवलं की या जत्रेला आपणही हजर राहायचं. दादोपाशी हा विषय काढला तेव्हा सुरुवातीस तो जरा साशंक होता. मी जमातीला परका - मला तिथे येऊ देतील का नाही याची त्याला शंका होती; पण वस्तीवरच्या मुखियाशी जरा बोलल्यावर (आणि त्याला मी माझ्याजवळचा एक जुना टी -शर्ट दिल्यावर) तो मला बरोबर घेऊन जायला राजी झाला. तांभूच्या पायावर वैदूने काही काही उपचार केले होते आणि तो आता पूर्ववत झाला होता. वस्तीवरच्या पुरुष मंडळींबरोबर (बायकांना मज्जाव होता) आम्ही तिघेही निघालो.

निघायच्या आधीच नेहमीच्या पदार्थांची न्याहारी केली होती. आमच्याबरोबर वस्तीतले चाळीसच्या आसपास लोक होते. एव्हाना माझी बहुतेकांशी तोंडओळख झाली होती. माझ्या चार दिवसांच्या मुक्कामात मी एक गोष्ट कटाक्षाने टाळली होती. दाढीचं सामान, आरसा, टॉर्च, लायटर अशासारखी एकही आधुनिक वस्तू पॅकमधून बाहेर काढली नव्हती. त्यांच्या माझ्यात फरक होता तो फक्त

वेशभूषेचा - त्यांनी तो हळूहळू स्वीकारला होता. त्यांच्यातही तऱ्हेतऱ्हेचे पोशाख करणारे होतेच की.

माझ्या ध्यानात आलं, कोणीही बरोबर तीरकमठा, भाला असं शस्त्र घेतलं नव्हतं (मागाहून मला समजणार होतं - ऐनवेळी हीच गोष्ट माझ्या फायद्याची ठरणार होती). वस्तीच्या एका कडेपाशी वरच्या टेकडीवर चढणारी वाट होती. तसा मी चढण्याउतरण्यात कच्चा नाही; पण तो चढ चढताना अगदी दमछाक झाली. म्हातारा दादोसुद्धा माझ्यापेक्षा जलद चढत होता. कितीही जोर लावला तरी मी जरासा मागेमागेच राहत होतो; पण केवळ बरोबरी करण्यासाठी शरीरावर अवाजवी ताण देण्याचा मूर्खपणा मी केला नाही. हजारबाराशे फुटांचा चढ चढल्यावर आम्ही माथ्यावर पोहोचलो. टेकडीचा माथा बोडका होता आणि नजर चारी बाजूंना दूरवर पोहोचत होती. नजर पोहोचत होती तोपर्यंत सर्व दिशांना झाडांचे शेंडेच दिसत होते. लक्षात ठेवण्यासारखी अशी एकही लँडमार्क दिसत नव्हती.

माथ्यावरून मंडळी पश्चिमेच्या दिशेने निघाली. वाट झाडांतून काढावी लागत होती. खाली पायवाट अशी नव्हतीच. थोडक्यात म्हणजे, ही काही रोजच्या वापरातली वाट नव्हती. दोन-तीन महिन्यांनी केव्हातरी एकदा वापरात येणारी, लहानसहान चढउतारांवरून, एक-दोन लहान नाले ओलांडून माझ्या हिशेबाने आम्ही जवळजवळ चार-पाच मैलांचा प्रवास केला. पुढे लोकांच्या बोलण्याचा आवाज कानावर आला आणि एका वळणामागून तो वीस-पंचवीस लोकांचा जथा बाहेर आला. कोणत्या तरी शेजारच्या वस्तीवरचे लोक. तेही आमच्यात येऊन मिसळले. त्यांच्यातल्या अनेकांची माझ्यावर खिळलेली जराशी नवलाची, संशयाची नजर माझ्या ध्यानात आल्याखेरीज राहिली नाही. एकमेकांशी बोलताना कदाचित माझ्यासंबंधात शंका -चवकश्या इत्यादी चालतही असेल; पण त्यांचं त्यांच्यापाशी.

इतरही जथे येऊन मिळत होते. असं करत करत शेवटी आमचा शंभरसव्वाशे लोकांचा घोळका त्यांच्या मेळाव्याच्या जागी पोहोचला. तिथे एव्हाना दोन सव्वादोनशे माणसं जमली होती. एका उभ्याच्या उभ्या कड्याच्या पायथ्याशी बरीच मोठी मोकळी जागा होती (कदाचित झाडं तोडूनही ती बनवण्यात आली असेल). त्या जागेत सर्व जमले होते. सर्वजण समोरच्या कड्याकडे अपेक्षेने पाहत होते.

कड्याच्या पायथ्याशी अनियमित अर्धवर्तुळाकार आकाराचं गुहेचं तोंड होतं. शेजारीच उभ्या असलेल्या तांभूला मी हलकेच विचारलं,

"तू पूर्वी इथे आला होतास का रे? "

"हो - आलो होतो की - तीन-चारदा आलो आहे."

"लोक कशाची वाट पाहत आहेत? काय होणार आहे?"

"गुहेतून जत्तारी बाहेर येईल - मग काही काही सांगायला लागेल."

जत्तारी म्हणजे मांत्रिक, देवऋषी, पुजारी असा कोणीतरी असावा.

मला तर हा प्रकार प्राचीन ग्रीसमध्ये डेल्फी किंवा मायनॉस इथल्या ओरॅकलसारखाच वाटला. मानवी संस्कृती काय - इथून तिथून सारखीच.

पुढच्या रांगेतल्या माणसांच्यात जराशी हालचाल व्हायला लागली. कदाचित त्या जत्तारीच्या येण्याची वेळ झाली असावी.

मग मला त्या अंधाऱ्या गुहेत एक प्रकाशाचा ठिपका दिसला. तो हळूहळू पुढे येत होता - मग दिसलं, एक कोणीतरी हातात पलिता धरून बाहेर येत होता; पण त्याचे कपडे! अंगावर पिसापिसाचा एक पायघोळ झगा होता. डोक्यावर आपले वासुदेव घालतात तशी वर निमुळती होत गेलेली टोपी होती. चेहऱ्यावर लालपांढऱ्या रंगाचे पट्टे होते. माझ्या पॅकमध्ये दुर्बीण होती - ती जर वापरली असती, तर मला सर्व बारकावे दिसले असते; पण ते करायचं नव्हतं ना - म्हणून होतो तसाच उभा राहून समोर काय चाललं आहे ते पाहत होतो.

जेव्हा त्या जत्तारीने हातातला पलिता खाली कशात तरी खुपसला तेव्हा समजलं की गुहेच्या तोंडापासून पाच-सात पावलांवर आधीच एक होळी तयार होती - त्या लाकूड -गवताने तत्काळ पेट घेतला. हातातला पलिता उंच धरून जत्तारी त्या होळीभोवती नाचत नाचत फेऱ्या मारीत होता. समोरचा देखावा पाहण्यात मी इतका गर्क झालो होतो की, आसपास काय चाललं आहे इकडे माझं लक्षच नव्हतं. वास्तविक सहसा मी इतका बेफिकीर राहत नाही.

माझ्या लक्षात आलं नव्हतं की साधारण पाच फूट उंचीच्या, काळपट वर्णाच्या, जुने मळकट कपडे घातलेल्या (किंवा उघड्या शरीरांच्या) लोकांच्या समुदायात चांगला सहा फूट उंचीचा, अंगावर डेनिमचं जॅकेट, पाठीला बॅकपॅक, डोक्यावर फेल्ट हॅट, अशा पेहेरावातला माणूस किती उठून दिसत असेल. कदाचित सरकारी किंवा लष्करी अधिकाऱ्यांचा त्यांचा अनुभव (अगदी अगदी क्वचित

येणारा) चांगला नसेल. त्यांना आणखीही काही संशय आला असेल. कदाचित माझे कपडे आणि माझं सामान (स्वप्नातसुद्धा न पाहिलेल्या वस्तू) याचाही त्यांना मोह पडला असेल, कारण काहीही असो, आमच्या पाच-सहा लोकांभोवती चांगला वीस-पंचवीस संतापलेल्या, आरडाओरडा करणाऱ्या लोकांचा गराडा पडला होता. मला ते काय ओरडत आहेत, हे समजत नव्हतं; पण तांभूच्या भयभीत झालेल्या चेहऱ्यावरून त्याला ते समजत होतं हे उघड होतं.

"तांभू, काय प्रकार आहे रे?" मी त्याला विचारलं.

घाबरलेल्या चेहऱ्याने तो एकदा दादोकडे, एकदा माझ्याकडे पाहत होता.

"तांभू! गप्प का? अरे सांग की! काय म्हणताहेत?"

दादो पुढे होऊन त्या लोकांशी तावातावाने काहीतरी बोलत होता.

"तांभू!"

"म्हणताहेत तू सारप आहेस - वाईट आहेस -"

सारप-वाईट, धोक्याचा, अरिष्ट आणणारा, अपशकुनी.

"मग?"

"म्हणताहेत तुला जत्तारीसमोर न्यायला हवा - वस्तीत राहू देता उपयोगी नाही - तुझ्यामुळे वस्तीवर मोठं संकट येणार आहे."

काहीही वेगळं, नवीन, अनुभवापलीकडचं दिसलं की त्याचा धसका घ्यायचा, राग करायचा, जमलं तर नाश करायचा - ठराविक मानवी प्रतिक्रिया. वास्तविक ते सर्व निःशस्त्र होते. माझ्यापाशी ऑटोमॅटिक रिव्हॉल्व्हर होतं. गोळ्यांच्या दोन क्लिपाही होत्या - त्यांच्यातल्या वीस-पंचवीस जणांना मी सहज ठार करू शकलो असतो; पण तो काही योग्य मार्ग नव्हता. ते लोक काही क्रूर नव्हते. त्यांचा राग अज्ञानातून जन्माला आला होता.

अकारण हातघाईवर येणार असं दिसताच मी दादोला म्हणालो, "दादो, त्यांना मला जत्तारीसमोर न्यायचं आहे ना, नेऊ दे."

"पण आदीथी -" आदीथी - पाहुणा - अतिथी.

"दादो, माझ्यासाठी हातपाय मोडून घेशील विनाकारण, इतकं भ्यायचं काय कारण आहे, जातो मी त्या जत्तारीपाशी - काही काळजी करू नकोस."

दादोला एका हाताने दूर करून मी पुढे झालो.

"चला," हाताने चलण्याची खूण करीत मी म्हणालो. ते पंचवीस-तीस असले तरी माझ्या अंगाला हात लावण्याची त्यांची हिंमत होत नव्हती. सगळ्यांनी माझ्याभोवती कडं केलं आणि अशी आमची मिरवणूक जत्तारीपाशी पोहोचली.

माझ्याबरोबरचे लोक तावातावाने त्या जत्तारीला काहीतरी सांगत होते. तो माझ्याकडे तांबारलेल्या डोळ्यांनी पाहत होता. डोळ्यांची बुबुळं बारीक झाली होती. पीयूट, ग्रास, एल.एस.डी., चरस यासारखं एखादं अमली रसायन असलेली एखादी जंगली वनस्पती त्याने चावून खाल्ली असेल; पण त्याच्या बघण्यात - देहबोलीत एक अधिकारी उर्मटपणा होता. गालांवर, कपाळावर ओढलेल्या लालपांढऱ्या रंगाच्या फराट्यांनी चेहरा आणखीच उग्र दिसत होता. आतली शरीरयष्टी कशीही असली तरी त्या डेरेदार पिसांच्या झग्याने तो अगडबंब वाटत होता. लोकांनी त्याला काय सांगितलं, त्याचा विश्वास बसला की नाही, कळायला मार्ग नव्हता; पण माझ्या कपड्यांवरून, पाठीवरच्या पॅकवरून, बुटांवरून फिरणारी त्याची नजर लोभी वाटत होती. मला जर काही झालं (किंवा करण्यात आलं) तर माझ्या सामानातला बराच मोठा वाटा त्याच्याकडे जाणार यात शंका नव्हती. मी एकटा, त्यांच्या असा तावडीत सापडलेला - मी कायमचा बेपत्ता झालो तरी त्याची गंधवार्तासुद्धा कोणाला लागणार नाही. माझा ठावठिकाणा कोणासच माहीत नव्हता. प्रसंग बाका झाला होता आणि जीवरक्षणासाठी जे काय करायचं ते माझं मलाच करावं लागणार होतं. अर्थात माझ्यावर असा आणीबाणीचा आलेला हा काही पहिलाच प्रसंग नव्हता; पण आता यातून कसा काय मार्ग काढायचा? माझ्यापाशी शस्त्र होतं. त्याच्या धाकाने मी या गराड्यातून सुटका करून घेईनही; पण या निष्णात लोकांच्या पाठलागापासून किती वेळ वाचणार? मग काय? हत्या? आणखी हत्या? ते निरपराधी लोक काही माझे शत्रू नव्हते.

माझी एक नजर त्या अंधाऱ्या गुहेकडे गेली. हा जत्तारी त्या गुहेतूनच बाहेर आला होता. त्या गुहेत प्रवेश करायला हे साधेभोळे लोक कदाचित बिचकत असतील. तेवढी एकच आशा मनात होती. मला फक्त दहापंधरा सेकंद मिळायला हवे होते आणि त्यासाठी आवश्यक ते साधन माझ्यापाशी होतं आणि समोर ती पेटलेली होळीही होती. त्या जत्तारीने खूण करताच माझ्याभोवती कडं करून उभे असलेले लोक आपापल्या गटात जाऊन उभे राहिले. तो जत्तारी माझ्याकडे वळला. त्याची तापट नजर माझ्यावर खिळलेली होती. बऱ्यावाईट अशा अनेक

माणसांशी माझा संबंध आलेला आहे. त्या जत्तारीच्या डोळ्यांत एक जराशी वेडपट छटा होती. कदाचित गुहेमध्ये एखादा हॅल्युसिनेटरी गॅस असावा. कदाचित मादक द्रव्यसेवनाचा तो परिणाम असावा - काहीही असो, हा माणूस धोकादायक वाटत होता.

जरा पुढे होऊन गुरगुरणाऱ्या आवाजात त्याने विचारलं,

"कोण आहेस? आमच्या प्रदेशात कशासाठी आला आहेस?"

"मनात येईल तसं भटकत फिरण्याचा मला छंदच आहे." मी शांतपणे म्हणालो, "अगदी योगायोगाने त्या तांभूची गाठ पडली."

"खोटं! थापा! आमच्या वस्त्या अशा सहजासहजी सापडत नाहीत!"

आता काय सांगणार, अशा अर्थी मी दोन्ही हात हवेत उचलले.

"तुझ्यासारखे खूप मी पाहिले आहेत- सोनं, हिरे, दुर्मिळ वनस्पती यांच्या शोधासाठी ते असे चोरूनमारून नाहीतर तुझ्यासारखा नाटकीपणा करून येत असतात; पण ऐक, त्यांच्यातला कोणीही इथून जिवंतपणे बाहेर जात नाही. कोणीही नाही. तुझंही तेच होणार आहे."

म्हणजे मृत्युदंडाची शिक्षाच की आणि माझा काहीही अपराध नसताना. अशी शिक्षा निमूटपणे स्वीकारणं अनैसर्गिक दिसलं असतं. काहीतरी प्रतिकार, निषेध अपेक्षित असणारच आणि मुख्य म्हणजे ते आकांडतांडव करताना हव्या त्या हालचाली करण्याची संधी मला मिळणार होती. त्या संधीचा फायदा घेऊन या नीच जत्तारीबद्दल त्या वाड्यावस्त्यांवरील आदिवासींच्या मनात जरासा संशय, जरासा राग निर्माण करता आला तर तेही मला हवंच होतं.

उजवा हात हवेत जोरजोराने हलवत मी खूप मोठ्याने बोलायला लागलो. जवळजवळ ओरडतच होतो म्हणा ना!

"तुमच्यातले काहीजण आणि हा तुमचा जत्तारी - हे मला असं वाईट का ठरवतात? मी कोणालातरी काही इजा, नुकसान केलं आहे का? उलट त्या तांभूला मदतच केली - तुम्हा सर्वांनाच मदत करणार होतो! तुमच्या साऱ्या जमातीचंच भलं करणार होतो; पण मग या स्वार्थी जत्तारीची किंमत कमी झाली असती ना! त्याचा नक्षा उतरला असता ना! स्वतःच्या स्वार्थासाठी त्याने साऱ्या जमातीचं फार फार मोठं नुकसान केलं आहे - जसा मी अचानक आलो तसा

अचानक जाणार आहे - आणि सर्वकाही या तुमच्या जत्तारीमुळे! पाहा! पाहा! त्या नीच जत्तारीकडे पाहा!"

सर्वांचं लक्ष माझ्या हलणाऱ्या हाताकडे आणि आरडाओरड्याकडे होतं. तेवढ्या वेळात माझा डाव हात जॅकेटच्या आतल्या ठराविक खिशात गेला होता. त्या खिशातली एक लहानशी पुडी हाताने बाहेर काढली होती. पुडीत मॅग्नेशियमची पावडर होती. ज्वालाग्राही आणि अत्यंत प्रखर प्रकाश देणारी, फोटोग्राफीच्या सुरुवातीच्या काळात फ्लॅशमध्ये फोटो काढण्यासाठी ही पावडर वापरत. एका उथळ थाळीत पावडर ठेवून कॅमेऱ्याचं शटर उघडं ठेवून पावडरला काडी लावत. त्यामुळे लख्ख प्रकाश पडायचा. त्यानंतर सुधारणा म्हणजे मॅग्नेशियमच्या अत्यंत पातळ पट्ट्या भरलेले फ्लॅशबल्ब आले. आत स्पार्क उडली की फ्लॅश. इलेक्ट्रानिक फ्लॅश आल्यावर हे अर्थात वापरातून गेले.

मी पुडी उघडली होती आणि 'पाहा, पाहा' म्हणत असताना माझे डोळे घट्ट मिटून घेतले आणि उघडी पुडी होळीमध्ये टाकली. एकूण एक सर्वांचे (अगदी त्या जत्तारीचंही) लक्ष हाताकडे होतं. होळीत एकदम लखलखाट झाला. दोन अडीच हजार वॉटच्या फ्लॅशसारखा. घट्ट मिटलेल्या डोळ्यांतूनही मला तो लखलखाट जाणवला. पुढचे सातआठ सेकंद तरी सर्वांची नजर आंधळी होणार होती. तेवढ्या वेळेची सवड मला मिळणार होती. मी वळलो, पायांचा अजिबात आवाज न करता त्या अंधाऱ्या गुहेत प्रवेश केला आणि अंदाजाअंदाजाने पावलं टाकीत आत निघालो.

३

देव -दानव, भुतं-खेतं, चमत्कार यांच्यावर विश्वास ठेवणारी ती भोळी जमात. माझ्या शब्दांनी आधीच ते गोंधळले असणार. त्यामागोमाग विजेसारखा लखलखाट आणि मग पाहतात तर मी अगदी त्यांच्यासमोरून एकाएकी गायब झालेलो. नवल आणि भीती. त्याबरोबरच त्या जत्तारीचा संशय आणि त्याच्यावर राग. त्यांच्या मनावर पारंपरिक संस्कारांचा किती पगडा होता मला माहीत नाही; पण त्या जत्तारीने माझ्याविरुद्ध काही काही सांगायचा प्रयत्न केला तर ते

त्याचं म्हणणं आंधळेपणाने मान्य करतीलच अशी आता खात्री राहिली नव्हती. आपापसात उलटसुलट चर्चा, शंकाकुशंका या साऱ्यात काही ना काही वेळ जाणार - तो वेळच माझ्या दृष्टीने फार फार मोलाचा होता. वीस-पंचवीस पावलं आत आल्यानंतर मी खिशातला लहानसा टॉर्च काढला आणि रुमालात झाकून त्याचा प्रकाश समोर आणि आसपास टाकला. खालचा खडक सपाट होता. त्यावर फार फार पूर्वीच्या पाण्याच्या प्रवाहाच्या खुणा होत्या. टॉर्च मालवून मी सरळ पुढे निघालो.

जरा वेळाने थांबून मागे नजर टाकली. गुहेच्या दाराबाहेरचा अगदी अंधुक प्रकाश दिसत होता. बाहेर गलका चालला असावा. त्याचाही क्षीणसर आवाज माझ्यापर्यंत पोहोचत होता. शक्य होतं की तो जत्तारी आपल्या निकटच्या साथीदारांना किंवा भक्तांना घेऊन गुहेत यायचा. पुढचा अंधार माझा शत्रू होता. कोठे ठेचकळून पडलो, हातपाय मुरगळला किंवा एखाद्या खड्ड्यात पडलो तर अनायासेच त्याच्या हाती सापडायचो. ही धावपळ करण्यापेक्षा काही वेळ तरी एखादी जागा शोधली पाहिजे की जिथे मी त्यांच्या नजरेआड राहीन. मी टॉर्च काढला आणि दोन्ही बाजूंच्या खडकाच्या भिंतीवरून फिरवला. पंधरा-वीस पावलं पुढे गेल्यावर उजव्या हाताला जमिनीपासून बारातेरा फूट उंचीवर एक वरवंड दिसली. जरा धडपड करून वरपर्यंत तर चढलो. दोनअडीच फूट रुंदीची आणि बरीच लांबवर पसरलेली ती एक घळ होती वरवंड चांगली दोन फूट वर आली होती. मी आरामात बसू शकत होतो. वरवंडीवरून खाली नजर टाकू शकत होतो. या क्षणापुरती तरी सुरक्षिततेची सोय झाली होती.

आणि अगदी योग्य क्षणी मी वरच्या अंधाऱ्या जागेत पोहोचलो होतो. कारण हातात पलिता घेतलेला कोणीतरी गुहेच्या दारातून आत येत होता आणि जरा वेळाने ध्यानात आलं, तो जत्तारीच होता; पण एकटाच. माझ्या लपण्याच्या जागेवरून तो पुढे गेला. तो स्वतःशीच रागारागाने काही तरी बोलत होता. त्याने ठरवलं होतं त्याप्रमाणे घटना घडल्या नव्हत्या हे उघड दिसत होतं. ते देवरा त्याच्याविरुद्ध गेले होते का त्याच रागाच्या भरात आत आला होता हे समजायला काही मार्ग नव्हता; पण गुहेत तो काय करणार आहे हे जाणण्याची मला उत्सुकता होती. ही गुहा काही त्याची वसतीची जागा नक्कीच नव्हती. अजिबात आवाज न करता माझ्या पॅकमधली दुर्बीण मी काढली आणि त्याच्यावर

फोकस केला. गुहेतल्या अंधारात पलिता घेऊन जाणारा जत्तारी अगदी स्पष्ट दिसत होता.

साठ-सत्तर पावलं गेल्यावर तो थांबला. दोन्ही बाजूंच्या भिंतीत पलिते खोचलेले होते. त्याने एकामागून एक असे शिलगावले. सगळीकडे लालपिवळा हलता प्रकाश पसरला. त्या प्रकाशात मला दिसलं की तो जत्तारी जमिनीतल्या एका मोठ्या खड्ड्याच्या काठावर उभा आहे. अंगावरचा तो घोळदार पिसांचा झगा आणि डोक्यावरची त्रिकोणी टोपी त्याने उतरवून ठेवली. आतली त्याची अंगयष्टी अगदीच किरकोळ होती. आता त्याने दोन हातात दोन पलिते घेतले आणि मग काही काही (मंत्रासारखे वाटणारे) शब्द उच्चारत त्याने स्वतःभोवती गिरक्या घ्यायला सुरुवात केली. त्यांच्या रानटी विधी उपचारातला हा एखादा नाच असेल. पूर्वीचे लोक लढाईवर किंवा शिकारीवर जाण्याआधी स्वतःचं मानसिक धैर्य वाढविण्यासाठी असा नाच करीत. (हल्लीचे लोक खेळाच्या टीमला 'पेप टॉक' सुनावताच की नाही!) त्याच्याबद्दल मला एव्हाना भीती वाटेनाशी झाली होती. अगदी दोन हात करायची वेळ आली तरी मी त्याला सहज पुरून उरेन ही माझी खात्री होती.

मी माझ्या वरवंडीवरून आवाज होणार नाही, एखादा दगड निखळणार नाही, याची काळजी घेत खाली उतरलो. त्या जत्तारीचा काय उद्योग चालला आहे, ते मला पाहायचं होतं; पण जवळ जाण्याआधी खबरदारीचा उपाय म्हणून नडगीला लावलेला धारदार चाकू काढून हातात घेतला आणि सावकाश पुढे निघालो.

जत्तारी दोन्ही हातातले पलिते हवेत फिरवत होता. स्वतःभोवती फिरत होता. आणखीही काहीकाही (त्याचा जो काही विधी चालला होता त्याला अनुसरून) हालचाली करीतच होता. तोंडातून ऱ्हस्व-दीर्घ, खालचे-वरचे, स्वर-व्यंजनांचे आवाज येतच होते. आवाज आसपासच्या खडकांवर आपटून प्रतिध्वनित होऊन, वर्धित स्वरूपात सर्व दिशांना फेकले जात होते. मधेच एकदा माझ्या डाव्या कोपरातून एक सणसणीत झिणझिणी गेल्याची मला जाणीव झाली. मी होतो तिथेच थांबलो.

त्या जत्तारीचे नादोच्चर. ध्वनिशक्तीची सर्वसामान्य कल्पना नसते; पण योग्य प्रशिक्षणाने ध्वनिशक्तीचा अकल्पित वापर करता येऊ शकतो. प्रत्येक द्रव्यसंचाला

त्याची अंगभूत, बेसिक अशी कंपनसंख्या, फ्रिक्वेन्सी असते. ती जर सापडली आणि उच्चारली गेली, तर त्या द्रव्यसंचाच्या घटकांमध्ये अनुनाद निर्माण होतात आणि त्याचे विलक्षण परिणाम होऊ शकतात. ठराविक तालात लेफ्ट-राइट करीत क्वीक मार्च करणाऱ्या फलटणीच्या बुटांच्या आघातांचा परिणाम होऊन पायांखालचा पूल कोसळल्याची घटना सर्वश्रुत आहेच.

मग एकदा उजव्या गुडघ्यात, मग मानेजवळच्या मणक्यात झिणझिण्या येऊन गेल्या. एकूण इथे धोका होता. जत्तारीला त्याची समज असो वा नसो, तो एक फार प्राचीन मंत्रसिद्धीचा वापर करीत होता आणि ही क्रिया निरर्थक खास नव्हती. माझ्या शरीराच्या एखाद्या भागावर त्या नादलहरींचा क्षणमात्र परिणाम झाला होता; पण तो एक अपघाती योगायोग होता; पण जत्तारीचा हा विधी काहीतरी खास ठेवून योजण्यात आला होता. त्या ध्वनिलहरी कोठेतरी पोहोचत असल्या पाहिजेत, आपलं कार्य करीत असल्या पाहिजेत - प्रकरण वाटत होतं तितकं साधं नव्हतं. जत्तारी अडाणी असेल; पण त्याच्या हाती समाधी अस्त्र होतं. मला सावध असायला हवं होतं आणि कोणत्याही अनपेक्षित घटनेला तोंड द्यायला तयारही असायला हवं होतं.

त्या जत्तारीपासून मी पाच पावलांवर पोहोचलो होतो; पण तो आपल्या त्या विश्वात इतका गर्क होता की, आसपास त्याचं लक्षच नव्हतं. त्याचे ते चमत्कारिक शब्दोच्चार चालूच होते.

एकाएकी मला जाणवलं की आसपासची हवा थंड पडत आहे. लहानसहान गोष्टींकडे दुर्लक्ष करण्याचा माझा स्वभाव नाही. मेंदूला धोक्याच्या सूचना अनेक दिशांनी मिळत असतात; पण मूढ माणूस त्याच्याकडे दुर्लक्ष करतो. माझी खात्री झाली त्या जत्तारीच्या आवाहनाला काहीतरी प्रतिसाद मिळत आहे आणि ज्याअर्थी त्याचे सर्व उपचार त्या खड्ड्याच्या काठावरच चालले होते त्याअर्थी त्या जागेकडे लक्ष ठेवणं गरजेचं होतं.

आणि माझा अंदाज चुकला नाही.

त्या खड्ड्यापासून खड्डा कसला - ते एक खूप खोल विवर असलं पाहिजे. त्या विवरातून काहीतरी सावकाश सावकाश वर आणि बाहेर येत होतं.

त्याचं वर्णन कोणत्या शब्दांत करणार?

वाहत्या, वितळत्या, बदलत्या पृष्ठांचा एक भयानक आकार.

त्याला त्या जत्तारीने जागवलं होतं.

हा जर आपल्या संपूर्ण परिमाणात बाहेर आला तर विलक्षण अनर्थ माजणार होता यात काहीही शंका नव्हती.

पण त्याला थोपवणार कसं?

स्तुती गतायुष्यावरून विलक्षण वेगाने सरकत गेली.

दोन नावं नजरेसमोर आली

शिवदास पुजारी आणि सुमंत दिवाकर.

त्या दोघांच्या गाठीही अशा विलक्षण आणीबाणीच्या प्रसंगीच पडल्या होत्या. दोन्ही प्रसंग केव्हातरी सांगण्यासारखे आहेत.

अशा अमानवी अस्तित्वांविरुद्ध संघर्ष करण्यासाठी शिवदासजींनी मला मोत्यासारखे दिसणारे काही दाणे दिले होते आणि सुमंत दिवाकरने मला एक तीन व्यंजन मंत्र शिकवला होता. तीच ती ध्वनीची शक्तीची किमया. ठराविक क्रमाने, ठराविक लयीने, ठराविक पद्धतीने त्या मंत्राचा उच्चार केला, तर सर्व सृष्टीचक्र काही क्षण थोपवण्याची विराट शक्ती त्या मंत्रात होती. हाताशी साधन होते, वापरण्यासाठी अवधी मिळणार होता.

यश मिळेल की नाही याची खात्री नव्हती; पण ती खात्री कधीच नसते. शेवट माहीत नसतो म्हणूनच तुम्ही प्राणाची बाजू लावून प्रयत्न करता. नाहीतर त्या संघर्षाला काय अर्थ आहे?

मी ती व्यंजनं मनासमोर आणली -

आणि शांतपणे योग्य त्या पद्धतीने त्यांचा उच्चार केला -

जत्तारी त्याच्या त्या क्षणीच्या पवित्र्यात गोठला. पलित्यांच्या फडफड करणाऱ्या ज्वाळा चित्रासारख्या निश्चल झाल्या. सर्व हालचाल गोठली.

मला जेमतेम पाच सेकंद मिळणार होते -

पण ते मला पुरेसे होते.

जॅकेटच्या खिशातून मी तो बटवा काढला, त्यातले दहाबारा मणी हातात घेतले आणि हात मागे करून वाट पाहत थांबलो.

सेकंदभरातच सर्वत्र चेतना आली.

हातातले मणी, 'घे आणि मर!' अशी गर्जना करीत मी समोरच्या त्या अभद्र आकारावर फेकले -

त्या अमानवी द्रव्यास स्पर्श होताच त्या मण्यांचे जळते निखारे झाले. ज्वालामुखीचा तप्त लाव्हारस पसरावा तशी ती आग त्या सर्व आकारात पसरली - एक गडगडाटी आवाजातली प्रदीर्घ आरोळी ठोकून तो आकार खालच्या विवरात गडप झाला.

आपल्या आसपास काय घडत आहे त्याची त्या जत्तारीला तिळमात्र कल्पना नव्हती. क्षणभरात त्याच्या सर्व आशाआकांक्षांचा चक्काचूर झाला होता. दिङ्मूढ होऊन तो समोरच्या काळ्या विवराकडे पाहत होता.

आणि मग त्याला माझी जवळीक जाणवली.

तो गर्रकन माझ्या दिशेला वळला.

"तू?" आणि मग त्याने त्यांच्या भाषेतली एक अर्वाच्य शिवी हासडली.

काही वेळापूर्वी त्याच्या डोळ्यासमोरून भरदिवसा मी नाहीसा झालो होतो. आणि आता नको त्या वेळी, नको त्या ठिकाणी अवतीर्ण झालो होतो. एवढंच नाही, त्याची सारी योजना उधळून लावली होती.

संताप अनावर होऊन एखाद्या पिसाळलेल्या जनावरासारखा तो माझ्यावर झेपावून आला. नशीब, की त्याच्यापाशी एखादा भाला-सुरा नव्हता. निःशस्त्र झटापटीत मीही वाकबगार आहे आणि माझ्या तुलनेत त्याची देहयष्टीही किरकोळच होती. खरंतर संघर्ष एकतर्फीच होता; पण संताप, द्वेष, निराशा यांनी त्याच्या शरीराला जरासं अधिक अवसान दिलं होतं. जेव्हा प्रसंग जिवावरच बेतलेला असतो तेव्हा माझ्या मनात दयामाया यांना स्थान नसतं. झटपट लवकर आणि निकाली करण्याचा माझा निश्चय होता. पोटात, मानेवर, छातीवर दोनचार जबरदस्त प्रहार होताच त्यांच्या माऱ्याखाली तो मागेमागे सरकला, त्या विवराच्या काठावर गेला आणि काय होत आहे याची कल्पना येण्याच्या आतच तोल जाऊन मागच्या विवरात पडला.

पडता पडता त्याच्या तोंडून एक प्रदीर्घ किंचाळी निघाली.

विवर किती खोल होतं मला कल्पना नव्हती; पण खूपच खोल असावं. तो खाली आदळलां; पण विवर रिकामं नव्हतं.

त्याच त्या मघाच्या पाशवी आवाजातली एक डरकाळी फोडली गेली - आणि त्यामागोमाग त्याच्या जीवघेण्या वेदनेच्या आर्त किंचाळ्या -

जे त्याने जागवलं होतं त्याच्याच मिठीत तो सापडला होता -

तो आकांत मला ऐकवेना; पण काही क्षणांतच सर्वकाही शांत झालं.

आता माझं इथे काही काम नव्हतं. निघायची वेळ आली होती. खोबणीतला एक पलिता उपसून काढून मी गुहेच्या तोंडाकडे निघालो.

पन्नास-साठ पावलं टाकली तरीही समोर प्रकाश दिसेना. खरंतर एव्हाना गुहेचं तोंड आणि बाहेरचा प्रखर प्रकाश दिसायला हवा होता. माझी वाट चुकली असण्याची शक्यताच नव्हती - कारण एकच एक वाट बाहेर जात होती.

आणखी पुढे आल्यानंतर समोर नजर जाताच मी हबकून जागच्या जागी उभा राहिलो. गुहेचं दार मोठमोठ्या दगडांनी बंद करून टाकण्यात आलं होतं. सर्वस्वी अनपेक्षित घटना.

तो जत्तारी गुहेत जाताच लागोलाग वस्तीवरच्या लोकांनी हे केलं असावं. माझ्या शब्दांचा त्यांच्यावर माझ्या कल्पनेपेक्षा जास्त परिणाम झाला असावा. देवदानवांना त्यांच्या जीवनात अगदी खरं आणि निकटचं स्थान होतं. त्यांच्यात अचानक अवतीर्ण झालेला आणि त्यांच्यातून असा पाहता पाहता झालेला त्यांना देवासारखाच वाटला असला तर त्यात काय नवल आणि त्या जत्तारीच्या स्वार्थी मूर्खपणामुळे हा प्रकार झाला होता. त्या जत्तारीवरचा त्यांचा संतापही समजण्यासारखा होता. तो जत्तारी गुहेत जाताच त्यांनी बाहेरून दगडधोंडे रचून त्याला त्याच्या गुहेत जन्माचा कैदी करून टाकला होता. त्याचा शेवट - मृत्यू.

४

पण आता माझी अवस्था किती बिकट झाली होती! मीही त्या गुहेत कैदी होऊन पडलो होतो. आता सुटका कशी करून घ्यायची. तसे माझ्यापाशी पॅकमध्ये दोन डिटोनेटर होते; पण त्या लोकांनी बाहेर दगडांची भली मोठी रास रचली असेल तर त्या डिटोनेटर्सचा काहीही फायदा होणार नव्हता. गुहेत किती काळ राहावं लागेल (दुसरी बाहेरची वाट सापडेपर्यंत) याचीही काही कल्पना करता

येत नव्हती. तसे पॅकमध्ये चॉकलेटचे दोन मोठे बार होते, पाण्याची बाटली होती. तेव्हा निदान चोवीस तासांची तरी सोय झाली होती.

त्याच पावली मी परत त्या विवरापाशी आलो धडधडते पलिते एकामागून एक असे विझवून टाकले. एकच तेवढा पेटता ठेवला. बाकीच्यांची जुडी बांधून ती बरोबर घेतली. गुहेत प्रकाश अजिबात नव्हता. एक पलिता संपला की दुसरा पेटवावा लागणार होता. जवळचा टॉर्च आणि काडेपेटी वापरण्यात अर्थ नव्हता. इमर्जन्सीसाठी त्यांची आवश्यकता पडण्याची शक्यता होती.

एक समजत होतं. गुहेतली हवा शिळी, कुंद अशी नव्हती. कोठूनतरी हवेचा पुरवठा होत होता - आणि त्यामुळे मनात आशा होती की बाहेर पडण्याचा एखादा मार्ग नक्कीच सापडेल.

त्या विवराला वळसा घालून मी पुढे निघालो. शे-सव्वाशे पावलं जमीन सपाट होती, वाट एकच होती; पण तेवढं अंतर चालून गेल्यावर समोर वाटेला फाटा फुटला होता. आता कोणती वाट निवडायची? मी डावी वाट घेतली. खरंतर एक जुगारच. साठ-सत्तर पावलांवरच एका पहाडापाशी वाट संपली होती. मग परत मागे. बाहेर आल्यावर उजव्या हाताच्या भिंतीवर जमिनीपासून आठ-दहा इंचावर चाकूने एक फुली मारली. अशा खुणा केल्या तरच मला माझी परतीची वाट सापडेल.

एक एक वाट शोधत मी जवळजवळ तासभर चालत होतो. एव्हाना दोन अडीच मैलांचं अतर सहज काटलं असेल. गुहेचा विस्तार खरोखरीच किती होता, याची काहीच कल्पना करता येत नव्हती. घड्याळात नजर टाकली. एक वाजला होता. सकाळपासून पायपीट खूप झाली होती. विश्रांतीची आवश्यकता होती. एका बोळाच्या तोंडाशी भिंतीला पाठ लावून खाली बसलो, पॅकमधला चॉकलेटचा बार काढला, त्यातल्या चार वड्या खाल्ल्या, बाटलीतलं पाणी प्यायलो आणि डोळे मिटून शांत बसून राहिलो.

पाच-दहा मिनिटांच्या विश्रांतीनंतर पुन्हा पायपीट सुरू झाली. क्षणभर खरोखरच मनात विचार येऊन गेला - या अंधारातल्या प्रवासाला काही अंत असणार आहे का? पर्वताच्या गर्भातून लक्षावधी वर्षांपूर्वी धडाडत वाहणाऱ्या जलस्रोतांनी कोरून काढलेल्या या घळी, त्यानंतर पृथ्वीवर अनेक स्थित्यंतरं झाली असतील. भूकंपाने पर्वत गदागदा हलवले असतील. फत्तर कोसळत

खाली आले असतील आणि या प्रवाहांच्या वाटा बंद झाल्या असतील. हा काही निराशेचा विचार नव्हता; पण परिस्थितीकडे सर्व बाजूंनी पाहणं यातच शहाणपणा होता. भूगर्भात दोन-तीन दिवस रखडण्याची वेळ येण्याची शक्यता होती - त्यासाठी मन आणि शरीर, दोन्ही सज्ज असायला हव होतं.

पलित्यापैकी दोन विझून संपले होते ते मी बाजूस टाकून दिले होते. आता तिसरा हातात धडधडत होता. आणखी तीन शिल्लक होते. आणखी किती वेळ मला प्रकाश मिळणार आहे त्याचं उत्तर माझ्यासमोरच होतं. त्यावर सतत विचार करायचं नाही म्हटलं, तरी ती गोष्ट ध्यानात ठेवायला हवी होती. मनात असले विचार येत होते, त्यामुळे काही वेळ माझं आसपासच्या परिसराकडे लक्षच नव्हतं. मग एकाएकी मी थांबलो. पलिता सगळीकडे फिरवला. मी आता खडबडीत खाचखळग्यांच्या खडकाळ वाटेवरून चालत नव्हतो. माझ्या पायाखाली अगदी सपाट, तासून केल्यासारखा, गुळगुळीत खडक होता. दोन्ही बाजूंच्या भिंतीही तासलेल्या, काटकोनात होत्या. मी एका चौकोनी छेदाच्या भुयारातून चाललो होतो आणि हे नैसर्गिक नव्हतं. वीस बाय वीसचा चौकोन तरी सहज असेल. अशी ही वाट सरळच्या सरळ पुढे गेली होती आणि मी हबकून उभा होतो. या अवाढव्य रचनेचा अर्थ काय होता? जिवंत खडक असा तासून गुळगुळीत करायला केवढी अफाट शक्ती लागली असेल आणि केवढा प्रदीर्घ कालावधी लागला असेल आणि हे काय खऱ्या अर्थाने प्राचीन होतं - फार फार प्राचीन - इतक्या प्राचीन काळी, की त्या काळात वंशशास्त्रज्ञांच्या मते मानव टोळ्याटोळ्यांनी गुहांतून राहत होता आणि हुंकार, रेकणं आणि हातांच्या हालचाली यांनी एकमेकांशी संदेशन करीत होता. त्या अतिप्राचीन काळी इथे कोणाचा वावर होता? कल्पनेच्याही पलीकडच्या अशा एका अज्ञात कालखंडात माझं पदार्पण झालं होतं. कदाचित इथे प्रवेश करणारा मी पहिलाच मानव असेन.

हा प्राचीन कातळ केव्हापासून सुरू झाला हे पाहण्यासाठी मी मागेमागे चालत आलो. साधारण तीस पावलांवर खालचा खडक एकदम बदलला. ते अतिप्राचीन हात तेथपर्यंत पोहोचले होते - त्याच्यापुढे नैसर्गिक खडक होता. आणि त्या सीमेवरच मला तो दगडाचा छिलका दिसला. मी खाली वाकून तो उचलला, प्रकाशात नीट पाहिला. हा काही छिन्नी हातोड्याने उडवलेला छिलका नव्हता. साधारण तीस इंच रुंद, अर्धा इंच जाड आणि आठ-नऊ इंच लांबीचा

तो तुकडा दोन्ही बाजूंना मोडला होता. त्या बाजू वेड्यावाकड्या होत्या. उघड होतं की एका लांबलचक (फ्रीजसाठी वापरतात तसल्या) पट्टीचा तो एक तुकडा होता. निरुपयोगी म्हणून लक्षावधी वर्षांपूर्वी बाहेर टाकून दिलेला - नशिबाने तेवढी एकच एक कृत्रिम निर्मिती माझ्या हातात आली होती. तो तुकडा हातात घेताना अक्षरशः शहाऱ्यामागून शहारे उठत होते. कारण कल्पना येत होती की, माझ्या आधी लक्षावधी वर्षांपूर्वी या अवाढव्य रचनेच्या कोण्या शिल्पकाराने तो हाताळला होता. मी तिथेच भिंतीला पाठ लावून बसलो. पॅकमधला टॉर्च काढला. आणि त्याच्या प्रकाशात तो फत्तराचा तुकडा बारकाईने पाहिला आणि मग दिसलं, की एक सपाट बाजू अगदी गुळगुळीत होती; पण दुसऱ्या बाजूवर मात्र काही काही रेषा कोरल्या होत्या. मी पॅकमधली दुर्बीण काढली आणि त्या पृष्ठावर नजर केंद्रित केली. कोरलेल्या रेषांची एक मोठी क्लिष्ट आकृती तयार झाली होती. कोड्यांच्या पुस्तकात ऑप्टिकल इल्युजन्स असतात - तशाच प्रकारची ती आकृती वाटत होती. त्रिमितीचा विलक्षण भास होत होता. नजर जर एकाग्र केली तर एका पसरत्या मार्गावरून खोल खोल पडत असल्याची भावना होत होती. नजरेला अक्षरशः भोवंड येत होती. त्या आकृतीवर जास्त वेळ नजर एकाग्र करणे अशक्य होतं. मी टॉर्च मालवला, लेन्स ठेवून दिली, फत्तराची चिप हातात घेतली आणि त्या घडीव फरशीवरून पुढे निघालो.

पृथ्वीच्या इतिहासातला हा एक फार मोठा प्राचीन कालखंड होता. सर्वस्वी अज्ञात, अकल्पनीय अशा एका संपन्न संस्कृतीचे अवशेष माझ्याभोवती होते. त्यांच्यावर नजर टाकणारा कदाचित मी पहिलाच आधुनिक मानव असेन. कातळालाही काचेसारखे सपाट करणारे हे अतिकुशल प्राचीन कामगार - ते कोण होते - त्यांच्याबद्दल मनात कुतूहल होतं. आदर होता आणि भयही होतं. कदाचित त्यांची ही वास्तू संरक्षित असेल, माझ्यासारख्या एखाद्या उपऱ्या, अनाहूत प्रवेश करणाराचा परस्पर बंदोबस्त करण्याची यंत्रणाही कार्यरत असेल - काय होत आहे याची कल्पनाही येण्याआधी (मी कोण आहे, कशासाठी आलो आहे, मित्र आहे का शत्रू आहे याचा विचारही न करता) माझी परस्पर विल्हेवाट लावली जाईल; पण मला जर काहीच माहीत नव्हतं, तर ते नसते तर्ककुतर्क निरर्थकच होतं. तो रिकाम्या मनाचा केवळ एक चाळा होता. मनातली शंका आणि भीती लपवण्यासाठीच चाललेला.

हातातल्या पलित्याचा प्रकाश मी डावीउजवीकडे सारखा टाकत होतो. तो प्रकाश डाव्या हाताच्या भिंतीवर कोरलेल्या पुतळ्यांवर पडला.

साधारण फूटभर उंचीच्या चौथऱ्यावर तो महाकाय पाषाणाचा पुतळा उभा होता. उंची दहा फूट तरी सहज असेल. चेहरा गाडीच्या चाकाएवढा मोठा आणि गोलाकार होता. वरच्या बाजूस सुरू होऊन चेहऱ्याच्या दोन्ही बाजूंनी खाली आलेले अवयव - त्यांना केस कसं म्हणायच. पारंब्याच म्हणायला हव्यात - ते कमरेपर्यंत खाली आले होते. अंगावरची घड्याघड्यांची वस्त्रं कातळातच कोरलेली होती. सर्व काळा कातळ - अपवाद फक्त चेहऱ्यातले चांगले चार इंच व्यासाचे डोळे - जे कदाचित पिवळ्या काचेचे असतील ते आता पलित्याच्या प्रकाशात पिवळ्या धगीने पेटले होते. दोन्ही बाजूंनी हत्तीच्या सोंडेसारखे दोन हात खाली आले होते. त्यांच्या शेवटास अणकुचीदार नख्या होत्या. त्याखालचा सर्व भाग कातळात कोरलेल्या वस्त्राने झाकला गेला होता. क्षणभर मनात विचार आला - जिवंत खडकात ही प्रचंड वास्तू कोरणारांची तर ही प्रतिकृती नसेल; पण असा घाईचा निष्कर्ष चूक असू शकत होता. आपल्या देवळांच्या प्रवेशद्वारापाशी किंवा गाभाऱ्यात तुंबरू, गरुड, हनुमान, यक्ष, किन्नर यांचे पुतळे असतातच की. त्यांचं आपल्याशी काडीइतकंही साम्य नसतं. येथेही तसं असू शकत होतं.

त्याच वाटेवरून मी पुढे निघालो आणि खरोखरीच डाव्या बाजूला एकामागून एक असे अनेक पुतळे दिसले. सर्व वेगवेगळ्या स्वरूपाचे, काही उंच आणि कृश, तर काही लठ्ठ आणि ठेंगणे, त्यांचे हात किंवा पाय किंवा नांग्या किंवा सोंडा सर्व चित्रविचित्र, काहींचे डोळे पिवळे, काहींचे लाल, तर काहींचे हिरवे - या विविध सूचनांचा अर्थ लावणं किंवा त्यांच्या निर्मितीमागच्या हेतूचा तर्क करणं माझ्या आवाक्याबाहेरचं होतं. पुढे पुढे त्या त्यांच्यावर एक साधी नजर टाकून मी वाट चालत राहिलो.

आता माझ्या हातात शेवटचा पलिता होता. तो विझला की माझ्याभोवती गुडूप अंधार होणार होता. माझ्या प्रवासाने एक अतर्क्य वाट घेतली होती आणि त्या प्रवासाचा शेवट काय होणार होता यावर विचारही अशक्य होता आणि ज्या गोष्टी आपल्या हातात नाहीत त्यांच्यासंबंधात काळजी करून मनाला विनाकारण शिणवून घेण्याचा माझा स्वभाव नाही.

वाट पुढे जातच होती; पण शरीराचा तोल पुढे पुढे जात होता. त्यावरून ध्यानात येत होतं, मी एका उतारावरून चाललो आहे. किती वेळ चालत होतो आणि किती अंतर कापले असेन याचा हिशोबच अशक्य होता. खालचा उतार वाढत होता, तोल राखणं मुश्कील जात होतं.

पण शेवटी प्रत्येक गोष्टीचा अखेरही असेलच. माझ्याही प्रवासाची अखेर आली होती. माझी वाट एका काळ्या पडद्याने (असं मला सुरुवातीस वाटत होतं) अडवली होती; पण मी प्रत्यक्ष त्या काळ्या पृष्ठापाशी पोहोचलो, तेव्हा एक विलक्षण गोष्ट ध्यानात आली. माझ्या वाटेत पडदा नव्हता, भिंत नव्हती, हात पुढे केला तर त्या काळ्या पोकळीत जात होता; पण अदृश्य होत होता.

प्रकाशाचा अभाव हाच पुढच्या अवकाशाचा गुणविशेष होता. मला आजवर खूपच विलक्षण अनुभव आले आहेत; पण हे कल्पनेच्याही पलीकडचं होतं. आत निर्वात पोकळी नव्हती - नाहीतर हात आत जाताच शरीरातल्या रक्तदाबाने हाताच्या चिंधड्या चिंधड्या उडाल्या असल्या; पण मग आत काय होतं?

एक दारुण सत्य माझ्यासमोर आपल्या कठोर स्वरूपात उभं होतं.

मी परत जाऊ शकत नव्हतो, प्रकाश लवकरच संपणार होता, अन्नाचे जे काय दोन घास होते ते संपणार होते. दोन-चार घोट पाणी शिल्लक, तेही संपणार होतं आणि त्या अंधारातल्या प्रकाशाच्या शेवटास होती (तेथपर्यंत मी पोहोचलो तर!) ती गुहेच्या दारावर रचलेली पाषाणांची रास. पुढचा विचारच अशक्य होता.

त्याला पर्याय काय होता?

मी समोरच्या अज्ञात, रहस्यमय, कदाचित धोक्याच्या अवकाशात प्रवेश करणे.

मी आत टाकलेलं पाऊल कदाचित माझ्या आयुष्यातलं अखेरचं पाऊल असेल.

पुढे सर्वनाश असेलही; पण मी त्याला मानाने, धीराने सामोरा जाणार होतो. आणि हे एकदा ठरल्यावर मी बाकीचे विचार मनातून काढून टाकले.

पलिता भिंतीपाशी ठेवला, पॅक उघडला, त्यातला तो शिवदास पुजाऱ्यांनी दिलेला मण्यांचा बटवा काढला. पॅक पाठीवर चढवला, बटवा आणि ती कोरीव कामाची पाषाणपट्टी एका हातात ठेवली. टॉर्च दुसऱ्या हातात घेतला, एक मोठा

श्वास घेतला आणि त्या काळ्या अवकाशात पाऊल टाकलं. श्वास रोखून धरला होता. मनात शेवटचा विचार आला होता - कदाचित हा आयुष्यातला सर्वांत मोठा मूर्खपणा असेल.

मनात नकळत अनेक शंका येऊन गेल्या होत्या.

हे जर एखादं संरक्षक कवच असेल तर अनाहूतपणे प्रवेश करणारावर एखादा तीक्ष्ण शस्त्राचा वार होऊ शकेल. एखादा जीवघेणा वीजधक्का असू शकेल. पायांखाली एखादी खोल गर्ता उलगडेल - ज्यात त्या अभागी अनाहूताचा अंत होईल. काहीही शक्य होतं.

प्रत्यक्षात तसलं काहीच झालं नाही. छातीत रुकलेला श्वास हळूहळू बाहेर आला. डोळे उघडले.

पण आसपास काय होतं? अंधार, अंधार आणि शांतता. इतकी शांतता की जमिनीवर पडलेल्या कागदाचाही आवाज ऐकू आला असता. हवा गरम होती की गार होती हेही समजत नव्हतं. चांगला, वाईट, असा कोणताही वास जाणवत नव्हता. ही सत्यता होती की माझी ज्ञानेंद्रियंच निकामी झाली होती?

मानसशास्त्रज्ञ सेन्सरी डेप्रिव्हेशनचे प्रयोग करतात ते मी वाचले होते. तपासणीखालच्या व्यक्तीला एकूण एक बाह्यसंवेदनांपासून अलिप्त ठेवण्यात येतं. माझीही अवस्था तशीच झाली होती का? खरं तर बाह्यसृष्टीच्या आधारावरच मनुष्य जगत असतो. ते आधार काढून घेतले तर माणूस तगच धरू शकणार नाही.

अत्यंत सावकाश गतीने मी माझे दोन्ही हात लांब केले, मग खाली-वर, डावी -उजवीकडे असे हलवले. हातांना कशाचाही स्पर्श झाला नाही; पण उजव्या हाताच्या खाली एक अत्यंत क्षीण असा लालसर प्रकाश दिसत होता. तो हाताच्या हालचालीबरोबर हलत होता - मग माझ्या ध्यानात आलं - माझ्या हातातला तो मण्यांचा बटवा. हा प्रकाश त्या बटव्यातूनच येत होता. बटव्यातून क्षीणसर प्रकाश? एकूण आजचा सारा दिवसच अनोख्या आणि अकल्पनीय अनुभवांचा असणार होता तर! आसपास अंधारच होता, तेव्हा डोळ्यांचा उपयोग नव्हता. डोळे मिटून अंदाजाअंदाजाने मी त्या बटव्याची नाडी हातात घेतली, वरची सुरगाठ सोडवली, तोंड उघडलं आणि त्यातून एक मणी बाहेर काढला; पण डोळे उघडण्यापूर्वीच पापण्यांतून तो लखलखीत प्रकाश जाणवला होता.

मग मी खाली हाताकडे पाहिलं - दोन बोटांत एक मणी होता आणि तो धगधगत्या नीळसर पांढऱ्या दीप्तीने तळपत होता - वेल्डिंग टॉर्चचा खालच्या पोलादाला स्पर्श झाला की डोळे दिपवणारी तडतडती निळी ठिणगी पडते तशी; पण बोटांना काहीही गरम जाणवत नव्हतं. तो प्रखर नीळसर पांढरा प्रकाश चारही बाजूंना फेकला जात होता आणि त्या प्रकाशामागोमाग नजरही सर्वत्र फिरत होती. त्या अंधाऱ्या अवकाशाचा पार कायापालट झाला होता - मनात कल्पना आली ती एखाद्या अत्यंत नाजूक लोळावर उभ्या केलेल्या क्लिष्ट यंत्रणेची. त्या यंत्रणेला एक धक्का बसला की वरची सर्व रचनाच खाली कोसळत येते तसंच दृश्य इथे झालं होतं. अंधार गेला होता, त्याबरोबर शांतता गेली होती. आसपास हालचालींचे आवाज होते आणि हवेत एक विलक्षण, व्याख्या न करता येण्यासारखा असा वास होता - सुगंध नाही; पण दुर्गंध तर नाहीच नाही. अशी चमत्कारिक कल्पना मनात येत होती की, प्रचंड महाकाय आकार आपल्या आसपास वावरत आहेत. हा बदल कसा झाला? केवळ त्या एका मण्यात एवढी शक्ती होती? पण का नसावी? शिवदास पुजारींनी मला ते मणी दिले होते - शिवदास पुजारी - कोणी साधीसुधी व्यक्ती नाही - त्यांचे मणीही साधे नसणार - उपचारित, संस्कारित, भारलेले, प्रकांड शक्तीचा उत्सर्ग करणारे असणार. यापूर्वीही दोन-तीन वेळा मला त्या मण्यांचा अनुभव आला नव्हता का? एकदा त्या बाबाच्या तळघरातील सर्व अमंगल अस्तित्वे त्या मण्यांनी नष्ट केली होती - एकदा तर प्रत्यक्ष आमच्या क्लबमधेच एक मण्याने सर्वांना हिसका दिला होता आणि काही वेळापूर्वी त्या मण्यांनी एक कहारी, पापी, अघोरी निर्मिती जाळून खाक केली होती. आपल्या जगात साधे दिसणारे ते मणी - ते साधे मुळीच नव्हते. रसायनातले काही इंडिकेटर असे असतात की, ते ॲसिडिक किंवा बेसिक द्रवात टाकले की रंग बदलतात. हे मणीही असेच होते मानवांच्या मदतीसाठी, मानवांच्या रक्षणासाठी, मानवशत्रूंच्या नाशासाठी हे घडवले गेले होते - तशा घातकी परिसरात त्यांच्यातून एक प्रकांड, अनिरुद्ध विध्वंसक शक्तीचा उत्सर्ग होत होता; पण या परिसरात तो मणी एखाद्या दिव्य, पवित्र, आश्वासक ताऱ्यासारखा प्रकाशत होता. हा परिसर कोणताही असो, तो मला धोक्याचा नव्हता. खरंतर सारा तर्काचा डोलारा; पण त्याने -मनाला केवढं धैर्य आलं होतं. भीतीचे पाश सैल झाले होते. रुकलेला श्वास मोकळा होत होता.

एकाएकी डोळ्यांसमोर धगधगीत लाल-निळी-जांभळी वर्तुळं फिरायला लागली - त्याची जागा अत्यंत प्रखर रंगीबेरंगी कणांनी घेतली. माझ्या ध्यानात आलं - माझ्यासमोर काहीतरी साकार होत होतं; पण त्याचा अर्थ लावण्याइतका अनुभव किंवा तितकं ज्ञान माझ्यापाशी नव्हतं. मग पायांना कंप जाणवला. खूप खोलवरच्या खर्जातला प्रचंड आवाज जाणवावा तसा. त्याचाही अर्थ उमगला नव्हता. दृष्टी झाली, नाद झाला, आता स्पर्श होईल आणि कदाचित तो माझ्या सहनशक्तीच्या पलीकडचा असू शकेल. त्याआधीच मी काहीतरी करायला हवं होतं. जर माझ्याशी संवेदनाचा कोणाचा प्रयत्न चालला असेल तर मग मीही माझ्या बाजूने काहीतरी प्रयत्न करायला हवा आणि तोही लवकरच.

सर्व शक्ती एकवटून मी मोठ्याने ओरडलो -

"मी महावीर आर्य. मी एक साधा मानव आहे. साधा मानव."

आसपास पुन्हा एकदा विलक्षण शांतता झाली. माझे शब्द कोठेतरी पोहोचले होते खास. त्यांचा अर्थ लागत होता का नाही कोणास ठाऊक.

डोळ्यांसमोर नाचणाऱ्या झगझगत्या रंगीबेरंगी ठिणग्यांची आणि त्या वर्तुळांची जागा सावकाश एका मानवी चेहऱ्याने घेतली. एक अजस्त्र मानवी चेहरा. सहज साडेचार-पाच फूट रुंद आणि तितकाच उंच. विशाल भालप्रदेश. खांद्यावरून खाली रुळणारे सोनेरी केस. किंचित घाऱ्या रंगाचे; पण विशाल आणि अतिशय नितळ असे डोळे - जे आता माझ्यावर एकटक खिळले होते. त्यांच्याखाली एक धारदार, शेवटास किंचित बाक असलेलं नाक, त्याच्याखाली रुंद जिवणी आणि त्याच्याखाली निग्रही हनुवटी - असा हा चेहरा, त्या चेहऱ्यातली नजर माझ्यावर जरा नवलाने, जरा उत्सुकतेने खिळलेली होती.

"महावीर आर्य, मानव. आम्ही कधीही न ऐकलेले शब्द." एक अतिशय गंभीर आवाज माझ्या अंतर्मनात घुमला. "तू कोण आहेस? कोठून आलास? इथे तुझा प्रवेश कसा झाला? इथे हा प्रकाश कसा निर्माण झाला?"

माझी अशी कल्पना झाली की भूगर्भातल्या या खोल गुहेत, अंधाराच्या एका काळ्या पटलामागे कोणत्या तरी एका निरुद्ध अवस्थेत असणाऱ्या या अस्तित्वांना बाह्य जगाची काही कल्पनाच नसावी. जरा धीर धरून मी म्हणालो, "आपणास ही कल्पना आहे का, की या अंधारगुहेबाहेरच्या जगात माझ्यासारखी कोट्यवधी माणसे मोठमोठ्या शहरांतून राहतात."

काही क्षण ते निरुत्तर झाले. माझ्या शब्दांमागच्या कल्पना समजायला त्यांना कदाचित काही अडचणीही येत असतील; पण मग तो धीरगंभीर आवाज पुन्हा एकदा माझ्या अंतर्मनात घुमला.

"तुझ्यासारखे? कोट्यवधींच्या संख्येने? छे! आमचा विश्वासच बसत नाही. आम्ही जेव्हा बाहेर शेवटची नजर टाकली तेव्हा सर्वत्र उथळ समुद्र होता - सर्वत्र दाट झाडी होती आणि महाकाय प्राणी सर्वत्र वावरत होते. काही जमिनीवर, तर काही पाण्यात, तर काही हवेमधून आकाशात."

ते कशाचे वर्णन करीत होते? ज्या काळी सर्व पृथ्वी डायनोसॉरनी व्यापली होती त्या काळाचं तर नाही ना? पण पृथ्वीवरून डायनोसॉर नामशेष झाल्याला आता साडेसहा कोटी वर्षे उलटून गेली आहेत. माझ्या आसपास वावरणारी ही अस्तित्वं इतकी प्राचीन होती? आणि त्यांच्या स्तुती कालातल्या त्या एका क्षणापाशी का थांबल्या होत्या?

"आपण काळाची गणना कशी करता मला माहीत नाही. कदाचित काल ही कल्पनाच आपल्यासाठी नसते; पण आपण वर्णन करता तो काल उलटून कोट्यवधी वर्षे झाली आहेत. आता सर्व पृथ्वीवर आम्हा मानवांचे अधिराज्य आहे. सर्व पृथ्वी आम्ही मानवांनी व्यापली आहे आणि कदाचित काही शतकांनी पृथ्वीवर फक्त मानवच सर्वत्र असणार आहे."

काही क्षणांनी परत एकदा तो आवाज माझ्या अंतर्मनात घुमला.

"तू म्हणतोस त्यात अशक्य काहीच नाही. नवनिर्मिती आणि बदल हा निसर्गक्रमच आहे. काळाची आमची जाणीव तुझ्यासारखी एकदिक नाही हेही खरे आहे. तरीही बाह्यसृष्टीतील बदल आणि उत्क्रांती आम्हाला ज्ञात आहे; पण कोणत्या तरी एका क्षणी आमची अस्मिता एकदम गोठवली गेली. ती आता या क्षणी, जागृतीत येत आहे. ती पूर्वीची घटना जशी असामान्य होती, तशीच हीही आहे. तू येथपर्यंत कसा पोहोचलास? हा प्रकाश कसा निर्माण केलास? कारण त्या प्रकाशानेच आम्हाला पुन्हा जाणीव आली. सांग?"

त्या देवरांच्या आदिवासी प्रदेशात प्रवेश केल्यापासून ते अगदी आता या काळ्या परळामागे प्रवेश करण्याच्या क्षणापर्यंतची सर्व हकीकत मी अगदी खुलासेवारपणे त्यांना सांगितली. त्यांच्यापासून काहीही मागे ठेवले नाही. माझी

जर या भयानक अवस्थेतून जिवंतपणी सुटका व्हायची असेल तर कदाचित यांचीच मला मदत होण्यासारखी होती. सर्व सांगून झाल्यावर मी गप्प बसलो.

माझ्यासमोरच्या चेहऱ्यावरचे भाव बदलत होते. त्या गंभीर चेहऱ्यावर आता एक मंद हास्य होते. डोळ्यांमध्ये कौतुकाचा भाव होता.

"महावीर आर्य, एवढे सर्व करूनही तू स्वतःला साधा मानव म्हणवून घेतोस? साधा मानव?"

"मी स्वतःला खरोखरच कोणी मोठा समजत नाही."

"अरे, किती जणांना हे जमलं असतं? तुझी सर्व हकीकत ऐकली आहे आणि आता आम्हाला एकेका रहस्याचा उलगडा होऊ लागला आहे. ज्या काळ्या, अभद्र आणि हिंस्र आकाराचा तू बाहेर नाश केलास तोच आमचा खरा शत्रू होता. आमच्यात शत्रुत्व का होतं, याचं कारण तुला समजणार नाही; पण फार फार मागे तुझ्या शब्दांवर विश्वास ठेवायचा तर कोट्यवधी वर्षांपूर्वी ती दुर्घटना घडली. त्यामागे कदाचित आमचा फाजील आत्मविश्वास असेल, क्षणभराचं दुर्लक्ष असेल किंवा आणखीही एखादं अज्ञात कारण असेल. त्याला एक संधी मिळाली आणि त्या संधीचा त्याने पुरेपूर फायदा उठवला. एका बेसावध क्षणी आम्ही सर्व त्याच्या नीच मायाजालात सापडलो. शक्य असतं तर त्याने आमचा संपूर्ण नाशच केला असता; पण त्यालाही ते शक्य नव्हतं. मात्र त्याने आमच्या अस्मिता एका अभेद्य, अविकारी कोषात बंदिवान करून ठेवल्या - तीच ही जागा. इथेच आम्ही इतका दीर्घकाळ एक प्रकारच्या सुषुप्तीच्या अवस्थेत होतो आणि त्याचा नाश झाला नसता तर आम्ही याच अवस्थेत काळाच्या अंतापर्यंत राहिलो असतो; पण तुझ्या हातून त्याचा नाश झाला. तरीही आमच्याभोवती त्याने उभा केलेला काळोखाचा, अजाणिवेचा, सर्व प्रज्ञा गोठवणारा कोष तसाच होता. जो अवकाश म्हणजे सर्वांचा अभाव आहे - इथे प्रकाश नाही, जाणिवा नाहीत, स्वतंत्र मुक्त इच्छाशक्ती नाही. त्याची तुला कल्पनासुद्धा करता येणार नाही. त्या अवकाशात तू प्रकाश आणलास - निर्गुण, निरामय, न-अस्तित्वाच्या या मितीत स्वतेजाने तळपणारा हा प्रकाश - हे महान आश्चर्यच नाही का? तुझ्या या प्रकाशाने आमच्यात जागृती आली, चेतना आली, आत्मभान आले आणि तरीही तू स्वतःला साधा मानव म्हणवून घेतोस?"

त्यांच्या शब्दांवर विश्वास ठेवायलाच हवा होता. हे शक्य आहे, की माझ्या हातून महान कार्य झालंही असेल; पण त्याचे श्रेय मी घेणं हा मूर्ख गर्विष्ठपणा झाला असता, कोणत्या तरी महान शक्तीने माझा केवळ एक साधन म्हणून वापर केला होता; पण मला त्याची जाग होती हेच माझं सुदैव!"

"आपण आहात तरी कोण?" मी शेवटी हलकेच विचारलं.

समोरचा चेहरा जरासा गंभीर झाला.

"आम्ही कोण आहोत? अतिशय साधा प्रश्न; पण महान विचारवंतांची मती कुंठीत करणारा. मी कोण आहे, साधा विचार केला तर वाटतं, बाह्य जगाचं निरीक्षण आणि विश्लेषण करणारी ही एक अस्मिता आहे; पण ही अस्मिता बाह्य जगाचं निरीक्षण करीत आहे, हे सत्य जाणणारी आणखी एक अस्मिता तिच्याही मागे आहे. ही न संपणारी साखळी आहे. तेव्हा आम्ही कोण आहोत या प्रश्नाचं उत्तर माझ्यापाशी नाही; पण आम्ही काय आहोत, हे मात्र मी तुला सांगू शकतो. आम्ही एक निर्द्रव्य चेतनासंच आहोत. आम्हाला आकार नाही; पण आम्ही कोणताही आकार जड माध्यमाच्या साहाय्याने धारण करू शकतो. जसा मी या क्षणी तुझ्या सोयीसाठी धारण केलेला आहे. आम्हाला जड द्रव्याची घन शरीरे नाहीत - लक्षावधी वर्षांच्या साधनेने आम्ही ही निर्द्रव्य अवस्था साध्य करून घेतली आहे. आधी केवळ अस्तित्वच जपणारे निर्बुद्ध आकार, त्यांचे शरीरविकार असणाऱ्या, मी आणि परका यांच्यातला भेद जाणणाऱ्या मंदबुद्धीच्या श्वापदांत उत्क्रमण, त्यानंतर जीवसृष्टीचे अकल्पनीय रूपातील आकार, त्यानंतर हे महाकाय प्राणी या सर्वांचे आम्ही साक्षीदार होतो; पण नंतर काय घटना घडल्या त्या आम्हाला अज्ञातच आहेत - त्या एका दुर्दैवी क्षणी आमची अस्मिता स्थलकालात गोठवली गेली - ती या क्षणी जागृतीत येत आहे - तू म्हणतोस सर्व बाह्यजग तुझ्यासारख्या विचारी प्राण्यांनी व्यापून टाकले आहे. म्हणजे मग याचा अर्थ एकच - आमचे युग संपलेले आहे आणि हे जग सोडण्याचा क्षण आता आला आहे - "

हे मला सर्वस्वी अनपेक्षित होतं. ही महाउत्कांत, सर्व शक्तिमान, सर्वज्ञानी अशी अस्तित्वं - ह्यांचा मानवांना सल्लागार, मार्गदर्शक, शिक्षक अशा विविध रूपांत सहकार्य लाभलं तरी भविष्य किती उज्ज्वल होईल.

"ज्याचे भविष्य त्यानेच घडवायचे असते, महावीर आर्य. तू म्हणतोस तसा तुम्हा मानवांचा मार्ग चुकीचा असेलही; पण त्यामुळे नाश झाला तर तो केवळ त्यांचाच होईल. सर्वनाश होणार नाही. या पृथ्वीच्या प्रदीर्घ आयुष्यात अशी एखादी संस्कृती उदयास येणे आणि नष्ट होणे ही एक अत्यंत मामुली घटना आहे. पृथ्वी आपला तोल पुन्हा सावरेल. त्याला कदाचित पाच-सात लक्ष वर्षे लागतीलही; पण तो काल पृथ्वीच्या आयुष्यात एखाद्या सेकंदासारखा आहे. आपण म्हणजेच सर्व असं सर्वच आत्मकेंद्रित सजीवांना वाटत असतं; पण या पृथ्वीवर अनेक संस्कृती उदयास आल्या आहेत आणि विलयास गेल्या आहेत. त्याचीच पुनरावृत्ती भविष्यातही होणार आहे. आमच्या जाण्याचा क्षण आला आहे."

"पण तुम्ही जाणार म्हणजे कोठे? कसे?"

"अरे, त्यासारखं सोपं काहीही नाही. तुमच्या स्थलकाळाच्या कल्पना अजून फार संकुचित आहेत. स्थलकाल याचं तुम्हाला एकदा नीट आकलन झालं म्हणजे यात तुम्हाला काहीही अनैसर्गिक वाटणार नाही. अरे, या विश्वाचा हा अफाट पसारा - समज, ते एक विशाल वस्त्र आहे - त्याला एक विशिष्ट पद्धतीने घडी घालण्याची किमया साध्य झाली की, या अजस्त्र पटलावरचा कोणताही बिंदू दुसऱ्या कोणत्याही बिंदूपाशी आणता येतो - वक्रपृष्ठावरील भूमितीत ते अंतर कितीही अगदी अब्जअब्ज मैलांचे का असेना - त्यांच्यात ही समीपता स्थापन झाली की त्या दोन बिंदूंतील प्रवास क्षणार्धात होणार नाही का? स्थल आणि काल - दोन्हींत तसा काहीच फरक नाही. विश्वाच्या निर्मितीपासून ते अगदी अंतापर्यंतचा सर्व कालही असाच एका विस्तीर्ण वस्त्रासारखा आहे - भूतकाळ, वर्तमानकाळ, भविष्यकाळ - कालवस्त्राला एका विशिष्ट मार्गाने, युक्तीने, क्रियेने म्हणा, घडी घातली की त्रिकाळातील कोणताही क्षण निवडून तुम्ही आताच्या क्षणानजीक आणू शकता. ही किमया साध्य केलेल्या आम्हाला विश्वात कोणत्याही स्थळी, कोणत्याही काळी अवतीर्ण होता येते, तेव्हा पुन्हा सांगतो - आमचा निघण्याचा क्षण आला आहे."

या त्यांच्या अजब तर्कशास्त्रावर मी काय बोलणार!

"आणि आपण गेलात की आपल्या पृथ्वीवरील अस्तित्वाचा कोणताही पुरावा मागे राहणार नाही!"

"अरे महावीर, तुमच्या तुलनेने आम्ही जवळजवळ अमर असलो तरी आम्हीही सृष्टीच्या नियमांनी बांधलेलो आहोत. फार फार पुढच्या भविष्यकाळात असेल; पण आम्हालाही अंत आहेच. आमचं राहू देत - आता तुझं काय? तुझ्या मनात इच्छा असेल त्या स्थानी आम्ही तुला नेऊन सोडतो - सांग."

"आणि त्यानंतर आपला संपर्क कधीही होणार नाही?" माझ्या मनात त्यांच्या वियोगाच्या विचाराने विलक्षण खेद दाटून आला होता. त्यांचा आवाज आला तेव्हा त्यात एक मार्दव होतं. माझ्या खांद्याला एक अतिशय हलका, पिसासारखा स्पर्श झाला. त्या स्पर्श बिंदूपासून शरीरभर उत्तेजनाच्या लहरी पसरत गेल्या.

"महावीर, या सृष्टीत अशक्य असं काहीच नाही. वृथा खेद करीत बसू नकोस. सांग, तुझ्या मनात कोणतं स्थान आहे?"

या क्षणी मला संपूर्ण एकांत हवा होता. माणसांचा सहवास अजिबात नको होता. ज्या ठिकाणी मी या आदिवासी देवरांच्या प्रदेशात प्रवेश केला होता ती जागा मी मनासमोर आणली.

पुढच्या क्षणात काय झालं ते मी खरोखर सांगूच शकत नाही.

एका क्षणी मी त्या लखलखत्या निळ्या प्रकाशाने उजळलेल्या अंधारगुहेत होतो - दुसऱ्या क्षणी एका टेकडीच्या उतारावर होतो. संध्याकाळची वेळ होती. लांबत गेलेल्या सावल्या सूर्यास्ताची घटिका दाखवत होत्या. म्हणजे जवळजवळ सर्व दिवस मी त्या गुहेत काढला होता! आता एका हातात तो बटवा होता, दुसऱ्या हातात कोरीव काम केलेली ती पातळ पाषाणपट्टी होती. मी त्या गुहेत खोलवर गेलो होतो, तिथे तो अविश्वसनीय अनुभव घेतला याचा एकमात्र पुरावा. त्या गुहेत परत प्रवेश नव्हता. तेथे लक्षावधी वर्षे जे कोणी बंदिस्त होऊन राहिले होते ते आता आपल्या कल्पनीय विश्वसफरीवर गेले होते. क्षणभर मनात विलक्षण खिन्नपणा दाटून आला; पण दुसऱ्याच क्षणी तो गेला. मनात आनंदाची, उत्साहाची एक भरती आली. कदाचित त्यांच्या त्या क्षणभराच्या पुसटशा स्पर्शात मनावरची छाया दूर करण्याची ही विलक्षण शक्ती असेल. त्यांच्याबाबतीत काय अशक्य होतं? माझं केवढं भाग्य की मला त्यांचा काही वेळ संपर्क साधण्याची संधी मिळाली!

पॅकमधला चॉकलेटचा उरलेला भाग खाल्ला, बाटलीत उरलेलं पाणी प्यायलो आणि जंगलाबाहेरची वाट धरली. ते देवरा त्यांच्या परिसराच्या हद्दीबाहेर लक्ष घालत नसत. त्यांच्यापैकी कोणाचा संपर्क होण्याची शक्यता नव्हती. त्यांच्या मनात माझ्याबद्दल काय कल्पना असतील, याची मला काहीच कल्पना नव्हती. देव आणि दानव यांच्याबद्दलच्या त्यांच्या कल्पना मला संपूर्ण अनाकलनीय होत्या. या क्षणी संपर्क न आलेलाच बरा.

मी जंगलाबाहेरची वाट धरली. मनाची अवस्था खरोखरच वर्णन करून सांगण्यासारखी नव्हती. मी भटकत होतो. पाठीवरच्या पॅकमधला कंपास काढला असता तर दिशा क्षणार्धात समजली असती; पण मला खरोखरच त्या क्षणी कोणाचाही सहवास नको होता.

मी रानावनातून हिंडत राहिलो. तुम्हाला अरण्यज्ञान असेल तर तुम्ही कोणत्याही जंगलात उपाशी राहणार नाही. कंदं असतात, मुळं असतात, फळं असतात, शेंगा असतात. रानटी मकाज्वारीची कांडंही उसासारखी गोड लागतात. असे पंधरा-वीस दिवस गेल्यानंतर मग हळूहळू आसपासच्या जगाची शेवटी जाण आली. आयुष्यातले अत्यंत आनंदाचे असे काही दिवस मी अनुभवले होते; पण शेवटी रोजचं आयुष्य समोर होतंच ना!

गेल्या आठवड्यात शेवटी हमरस्त्यावर आलो. तिथून शहरात आलो आणि आज तुमची सर्वांची भेट घेण्यासाठी इथे हजर झालो आहे.

महावीर आर्य! नेहमी काहीतरी अफलातून अनुभव सांगणारा महावीर आर्य!

५

जवळपास तासभर आर्य बोलत होता आणि आम्ही सर्वजण त्याचे शब्द एकाग्रपणे ऐकत होतो. आता हुश्श करून तो खुर्चीत मागे रेलून आरामात बसला आणि त्याने वेटरकडे पाहून हाताचं एक बोट उचललं. त्याची नेहमीची खूण. बीअरची एक बाटली आणि मग घेऊन वेटर आला, दोन्ही त्याने आर्यच्या खुर्चीशेजारच्या टीपॉयवर ठेवलं. फसफसत्या बीअरच्या मगमधला एक घुटका

घेऊन आर्यने मग खाली ठेवला आणि तो जरासा हसत म्हणाला, ‘‘अरे! तुम्ही सारे गप्प का? सोमण! तुम्हीही?’’ सोमण, आमचे सर्वांत सीनिअर मेंबर.

‘‘आर्य,’’ सोमण किंचितशा चढलेल्या आवाजात म्हणाले, ‘‘आमच्याबद्दल तुमच्या काय कल्पना आहेत मला माहीत नाही. तुम्हाला बहुतेक असं वाटत असावं, की रोज संध्याकाळी गप्पा झोडण्यासाठी, पत्ते कुटण्यासाठी ही निरुद्योगी माणसं म्हणजे तुमच्या तथाकथित अद्वितीय अनुभवांना अगदी चांगला, अगदी रेडिमेड ऑडियन्स आहे, हो की नाही? तुम्ही जे काही सांगाल त्यावर अगदी लहान मुलांसारखा आंधळा विश्वास ठेवणारे?’’

खुर्चीत एकदम पुढे वाकून बसत आर्य म्हणाले, ‘‘यू आर रॉंग. सोमण, तुमच्यातले काही आता आयुष्याच्या उतारपणी इथे चार करमणुकीच्या घटका घालवण्यासाठी जमता, मान्य आहे; पण याचा अर्थ असा नाही, की तुमच्यापैकी प्रत्येकाने आपापल्या आयुष्यात काही साध्यच केलेलं नाही! मुळीच नाही! काही यशस्वी उद्योजक आहेत, काहींनी उच्च पदांवर कामं केलेली आहेत, काहींनी परदेशी जाऊन प्रसिद्धी - संपत्ती मिळवली आहे. अशा यशस्वी लोकांना मी भोळसर कसा समजेन? तुमच्या सर्वांबद्दल माझ्या मनात फक्त आदरच आहे.’’

‘‘थँक गॉड, आम्हाला काही अक्कल आहे, हे तरी तुम्हाला मान्य आहे,’’ सोमण म्हणाले, ‘‘मग आर्य, असल्या असंभवनीय, अशक्य कोटीतल्या गोष्टी सांगून तुम्ही आमच्या इंटेलिजन्सचा इन्सल्ट करीत आहात, असं नाही तुम्हाला वाटत? असल्या भाकडकथांवर कोणाचा विश्वास बसणार आहे?’’

आर्य सोमणांकडे एकटक पाहत होता. त्याच्या चेहऱ्यावर जे एक मंद हास्य आलं होतं ते आता गेलं आणि त्या जागी एक खिन्नपणा आला. स्वतःशीच मान हलवत तो म्हणाला, ‘‘मी सांगितलेली हकीकत विश्वास बसायला कठीण आहे, हे तुमचं म्हणणं मला मान्य आहे, सोमण. दुर्दैवाने माझे शब्द सिद्ध करण्यासाठी माझ्यापाशी काहीही पुरावा नाही. एक वस्तू आहे; पण तिचा तुम्ही पुरावा म्हणून स्वीकार कराल की नाही याची शंकाच आहे.’’

जॅकेटच्या आतल्या खिशात हात घालून त्याने खिशातून एक लांबसर, पातळ, सफेद पांढरी पट्टी काढली. ती त्याने त्याच्याशेजारी बसलेल्या गृहस्थांच्या हातात दिली. ‘‘मी गुहेत पुढे जात असताना एकाएकी एक कृत्रिम रीतीने गुळगुळीत केलेला भाग लागला म्हणून सांगितलं ना? त्याच्याच जरा बाहेरच्या

बाजूस पाषाणाची एक पातळ पट्टी मला दिसली म्हणून सांगितलं ना? तीच ही पट्टी. पट्टीवर एका बाजूस अतिशय बारीक रेषांनी कोरलेल्या काही क्लिष्ट आकृती आहेत. मायक्रोस्कोपखाली मी त्या अगदी बारकाईने पाहिल्या; पण मला तरी त्यांचा काहीएक अर्थ लागला नाही. माझ्या त्या गुहेतल्या प्रवासाचा हा एकमात्र पुरावा माझ्याजवळ आहे."

आर्यने दिलेली पाषाणपट्टी त्यांच्या शेजारच्या गृहस्थांनी हातात घेतली, उलटीसुलटी करून पाहिली आणि मग ती शेजारच्या गृहस्थांच्या हातात दिली. एकेकाने पट्टी पाहून शेजारच्याच्या हातात दिली. अर्थात ती सोमणांच्या हातातही आली. त्यांची प्रतिक्रिया काय होते, याबद्दल मला खूपच कुतूहल होतं - कारण आर्यने सांगितलेली हकीकत हे जणूकाही आपल्याला (आपल्या बुद्धिमत्तेला!) एक वैयक्तिक आव्हानच आहे, अशी त्यांनी समजूत करून घेतली होती की काय न कळे! त्यांनी पट्टी हातात घेतली, तिच्यावर एक ओझरती नजर टाकून ती माझ्या हातात दिली. कारण मी सोमणांच्या शेजारच्या खुर्चीवर बसलो होतो.

मी ती पट्टी हातात घेतली. पातळ, पण आकाराच्या मानाने जरा जडच. कारण ती पाषाणाची होती. पांढराशुभ्र रंग, संगमरवर असेल, नाहीतर क्वार्ट्झ असं काहीतरी खनिज असेल; पण अशा एखाद्या फत्तराची अशी कातीव पट्टी काढून, तिला अगदी गुळगुळीत रेशमासारखं पॉलिश करून, त्या पाषाणावर इतक्या बारीक रेषांनी कोरीव काम करणं - किती कठीण गोष्ट! ताजमहालमधल्या जवळजवळ पारदर्शक अशा संगमरवरी जाळ्या मी पाहिल्या होत्या - हजारो मजुरांचे हात त्यांच्यासाठी तासन्तास राबले होते. या पट्टीसाठीही कोणी एखादा अज्ञात कारागीर असा तासामागून तास राबला असेल? आणि त्या पट्टीवरचं कोरीव काम? आर्यने वर्णन केलेल्या त्या प्राचीनकाळी अशा कलावस्तू निर्माण करणारं तंत्रज्ञान असेल?

मी आर्यकडे पाहिलं. त्याची नजर माझ्यावरच खिळलेली होती. मी आतापर्यंत आर्यच्या तोंडून अनेक विलक्षण प्रसंगांची वर्णनं ऐकली होती. त्यावर माझी काय प्रतिक्रिया होती? मनात खोलवर कोठेतरी एक बालमन कोंडलं गेलं होतं. नावीन्याची, चमत्कारांची, अद्भुत घटनांची त्या बालमनाला ओढ होती. आर्यने वर्णन केलेल्या साहसांनी मनाला एक सुखकारक परीक्षानुभव मिळत होता. खरं आणि खोटं शेवटी मनातल्या विश्वासावरच जग चालतं. समजा, समोरचं दृश्य एखाद्या

पातळ काचपात्रावर प्रतिबिंबित झालेली फसवी आकृती आहे. समजा, रंगीबेरंगी शलाकांनी झगमगणारा तो एक अगदी पातळ साबणाच्या पाण्याचा बुडबुडा आहे - त्याचा खरेखोटेपणा पाहण्यासाठी त्याला स्पर्श केला तर तो क्षणार्धात नाश पावेल आणि त्याच्या जागी काय असेल? एक साधी, सवयीची, नीरस, कंटाळवाणी, काळ्या-पांढऱ्या-करड्या रंगातली दुनिया! नाही. मला हे मोहक दृश्य हवं होतं. मी त्याचा नाश करणार नव्हतो. आर्यकडे पाहून मी जरासा हसलो आणि मानेनेच 'हो'ची खूण केली आणि त्याच्याही चेहऱ्यावर माझ्या हास्याचं एक क्षीणसर प्रतिबिंब उमटलं. कदाचित माझ्या विचारांची त्याला कल्पनाही आली असेल - माझी काहीच हरकत नव्हती.

सर्वांच्यातून फिरून पट्टी परत आर्यच्या हाती आली. त्याने ती जॅकेटच्या आतल्या खिशात ठेवून दिली. "तुम्हाला आणखी एक वस्तू दाखवायची आहे." तो म्हणाला आणि जॅकेटच्या दुसऱ्या खिशातून त्याने साधारण दोन इंच उंचीची, इंचभर जाडीची, पिवळसर रंगाची एक बांबूची कांडी काढली.

"मी सांगितलं ना - ते देवरा जनावरांच्या शिकारीवर जाताना बाणांच्या अणकुचीदार टोकांना एक प्रकारचं जालीम विष लावत असत? त्या तांबूने मला ही कुपी दिली आहे. ज्यांना पाहायची असेल त्यांनी पाहावी. वरचं तोंड बांबूच्याच एका खिट्टीने बंद केलं आहे. मी स्वतः याचा प्रयोग केलेला नाही; पण तांबूच्या शब्दांवर विश्वास ठेवायचा तर या विषात बुडवलेला एक बाण कोणत्याही आकाराच्या प्राण्याला ठार मारण्यास पुरेसा असतो - कोणाला पाहायचं आहे? फक्त अतिशय काळजीने पाहा - कारण त्याचा स्पर्शही घातकी आहे."

त्याने वरचं बूच अलगद उघडलं होतं आणि इतर दोघातिघांच्याबरोबर मीही पुढे जाऊन त्या कुपीत नजर टाकली. कुपीच्या तळाशी काळसर रंगाचा जरासा घट्ट असा स्राव होता. कुपी बंद करून आर्यने ती खिशात ठेवून दिली. खोलीत जरा वेळ शांतता होती.

"आर्य," सोमण एकदम म्हणाले, "मी तुम्हाला एक सुचवू की या तुमच्या कथा 'मी इथे गेलो', 'मी असं पाहिलं'', अशा प्रथमपुरुषात सांगण्याऐवजी रहस्यकथांतले ते नायक असतात ना - मला हल्लीचं माहीत नाही; पण पूर्वीचे ते झुंजार, तिरंदाज, काळापहाड, सेंट, नॉर्मन कॉक्वेस्ट अशा एखाद्याची कथा म्हणून तुम्ही सांगितलीत तर आमचं खरोखरच मनोरंजन होईल."

मला क्षणभर या सोमणांचा राग आला. गोष्टी काही एका पातळीपर्यंत पोहोचल्यावर थांबवायच्या असतात. त्यांचा अतिरेक करायचा नसतो; पण सोमण गप्प बसण्याच्या मूडमध्ये नव्हते.

"तुम्हाला त्यांची भाषा समजत नव्हती, नाही का आर्य? म्हणजे त्यांचं तुमच्याशी जे संभाषण झालं ते एक प्रकारच्या टेलिपथीनेच झालेलं असणार, हो की नाही? तुम्हाला त्यांनी सांगितलं की त्रिकालात आणि त्रिखंडात आपला सहज संचार होतो, हो की नाही?"

"हो, तुम्ही म्हणता ते खरं आहे," आर्य म्हणाला. "त्याचा आवाज साधा होता, चेहराही साधा होता, ओठांच्या कडांवर एक अगदी मंद स्मित होतं."

"मग तुमचा जर त्यांच्याशी टेलिपॅथिक संपर्क आहे, तर मग तुमच्या या विश्वसंचारी सिद्धमहंतांशी आमची एक वेळ तरी गाठ घालून द्यावी!"

"सोमण," मी न राहावून म्हणालो, "तुम्हाला असं नाही वाटत की तुम्ही याचा जरा विपर्यास करत आहे. अहो, ती एक कहाणी होती-"

"मग आर्यना तसं सांगू देत की! " सोमण उसळून म्हणाले. "त्यांना सांगू देत की ती एक कपोलकल्पित कथा होती -"

"सोमण, हे पाहा," मी म्हणालो.

"तुम्ही गप्प बसा हो जोशी." सोमण माझ्यावर खेकसले. "मी आर्यांशी बोलत आहे - मग काय, आर्य?"

"जोशी, मला सोमणांशी बोलू देत," आर्य म्हणाला, "सोमण, मी जे काही सांगितलं ते संपूर्ण, निखालस, शंभर टक्के सत्य होतं. मी हे मान्य करतो, की तुमचं समाधान होईल असा पुरावा मी तुमच्यासमोर आणू शकलो नाही; पण तशी माझी इच्छा नव्हती असं नाही, तर ते अशक्य होतं म्हणून."

सोमण खुर्चीवरून उठून उभे राहिले होते. तेही आता इरेसच पेटल्यासारखे झाले होते. "आमचं समाधान कशाने होईल विचारता? तुमच्या या भाकडकथेवर आमचा विश्वास कशाने बसेल विचारता? सांगतो - ऐका! तुमच्या त्या तथाकथित अमूर्त, अशरीरी आविष्कारांची आमच्याशी गाठ घालून द्या! कोणत्याही द्रव्याचा वापर करून ते कोणताही आकार धारण करू शकतात ना?" सोमण खोलीभर हिंडत होते. हिंडता हिंडता त्यांनी भिंतीवर थाप मारली. "या भिंतीत असतील?"

एका पिलरवर मूठ आपटली. "या पिलरमध्ये असतील?" एका जुन्या लाकडी कपाटावर हात टेकवला, "या काच- लाकडाच्या कपाटात असतील?

"सोमण," आर्य बसल्या जागेवरूनच जरा हसत म्हणाला, "तुम्ही तर अगदी त्या हिरण्यकश्यपूचाच अवतार घेतला आहे. तो त्या प्रल्हादाला असंच विचारत होता - तुझा देव कोठे आहे? भिंतीत? खांबात? "

"तुम्हाला थट्टा सुचते आर्य!" सोमण संतापाने म्हणाले. आर्य उठून त्यांच्यापाशी गेला. त्यांच्या खांद्यावर दोन्ही हात ठेवून म्हणाला, "सोमण, मी कधीही कोणाचीही थट्टा करीत नाही. आपापले मत आणि आपापले विश्वास बनवण्याचा प्रत्येकाला संपूर्ण अधिकार आहे आणि सोमण, तुमची मागणीही रास्त आहे."

"काय?" सोमणांनी नवलाने विचारले.

"समजा, मी एखादी गोष्ट अगदी छातीठोकपणे खरी आहे असं सांगितलं तरी केवळ तेवढ्याने तुम्ही त्या शब्दांवर विश्वास का ठेवावा? तुम्ही काहीतरी पुरावा मागता ते योग्यच आहे. तो तुमचा हक्कच आहे-"

जरा वेळ खोलीत शांतता होती.

"पण सोमण," आर्य हलकेच म्हणाला, "ती गोष्ट फार कठीण आहे. मी प्रयत्न करणार आहे, सर्व शक्तिनिशी प्रयत्न करणार आहे; पण त्यांच्या असण्यानसण्याबद्दलचा आपला हा वाद किती क्षुल्लक आहे! ते त्यांच्या महान प्रवासावर निघाले असतील - खरंतर अशा क्षुल्लक गोष्टीसाठी त्यांच्या कार्यात व्यत्यय आणणं चूक आहे - तरीही मी प्रयत्न करतो."

खोलीतलं वातावरण एकदम गंभीर झालं होतं. प्रसंगाने ही वेगळीच आणि अनपेक्षित कलाटणी घेतली होती. स्वतः सोमणही जरा गोंधळल्यासारखे झाले होते. ते सावकाश त्यांच्या खुर्चीवर येऊन बसले.

आर्य खोलीच्या मध्यभागी उभा होता. जॅकेटच्या खिशातली ती पाषाणपट्टी काढून त्याने दोन्ही हातात आडवी धरली होती. त्याचे डोळे मिटलेले होते. खरोखरच तो मनाने त्या अज्ञात अमानवी अस्तित्वांना आवाहन करीत होता? का काही एक नाटकी आविर्भाव होता? पण मला तसं वाटत नव्हतं आणि इतरांनाही वाटत नसावं. प्रसंगात एक नाट्यमयता आली होती हे नक्की. खोलीत विलक्षण शांतता होती. एवढासाही आवाज होत नव्हता. या गंभीर

वातावरणाचा माझ्या मनावर परिणाम होत होता का? का खोलीत खरोखरीच काही बदल होत होता?

मग शंकाच राहिली नाही. काय ते समजत नव्हतं; पण काहीतरी होत होतं हे नक्की. खोलीत काहीतरी नवीन आलं होतं; पण त्याचं वर्णन कोणत्या शब्दांत करायचं? कारण काहीकाही संवेदनांच्या वर्णनासाठी शब्दच नसतात. एकाच वेळी गरम हवा, गार हवा, खूप मोठा कोलाहल, अगदी निःस्तब्ध शांतता, लखलखता प्रकाश आणि संपूर्ण काळोख - अशा परस्परविरोधी जाणिवा अनुभवात आल्या तर माणसाची काय गत होईल? माझी अवस्था तशीच झाली होती. सर्व चित्तवृत्ती अशा वेगवेगळ्या दिशांना हेलकावत होत्या. याची अखेर कशात होणार होती?

मला लवकरच समजणार होतं.

खोलीतला प्रकाश मंदावल्यासारखा वाटला.

पण ज्या बसक्या लाकडी कपाटावर सोमणांनी हात आपटला होता, त्या कपाटाच्या वर हवेत काहीतरी आकार घेत होतं. आधी तिथे नुसता प्रकाश साकळल्यासारखा वाटत होता, मग त्या प्रकाशाला एक आकार आला. मग तो आकार क्षणाक्षणाला स्पष्ट होत गेला.

एका मानवी चेहऱ्याचा आकार. चेहरा जरा मोठा होता, एखाद्या एनलार्ज केलेल्या पोस्टरसारखा होता. अत्यंत रेखीव चेहरा, डोक्यावरून दोन्ही बाजूंनी आलेले किंचित भुऱ्या रंगाचे केस, विशाल भालप्रदेश, गौरवर्ण, धारदार नासिका, मंद स्मितात उघडलेली जिवणी; पण ते डोळे - विशाल, तेजस्वी आणि स्नेहार्द्र भाव असलेले नेत्र... (आता मला एका गोष्टीचं नवल वाटतं - तो चेहरा साकारताना मला अपेक्षेइतकं नवल वाटलं नव्हतं - कदाचित असं काहीतरी होणार अशी माझी मनोमन खात्री तर नव्हती ना?)

खोलीत शांतता वर्णनापलीकडची होती.

दोन्ही हात जोडून नमस्कार करीत आर्य म्हणाला,

"आपण खरोखरच आलात!"

त्या चेहऱ्यावर एक हास्य होतं.

"तुझी हाक आल्यावर यायलाच हवं, नाही का?"

नवलाची गोष्ट ही की त्या चेहऱ्यावरचे ओठ हलले नव्हते, तरीही ते शब्द माझ्यापर्यंत अगदी स्पष्टपणे पोहोचत होते!

'केवळ माझी हाक? मी तर एक साधा क्षुल्लक मानव-"

"नाही, महावीर आर्य. तू स्वतःला इतका कमी का लेखतोस? तू आणि साधा मानव? मुळीच नाही! कोट्यवधी वर्षे आम्ही एका निरुद्ध अवस्थेत गोठवलो गेलो होतो - तूच या अवस्थेतून आमची सुटका केलीस आणि स्वतःला साधा मानव म्हणवून घेतोस! अरे, तुझं हे कधीही न फिटणारं ऋण आमच्या शिरावर आहे. तू केवळ मनात इच्छा आणण्याचाच अवकाश! आता सांग - आमची आठवण कशासाठी काढलीस?"

"आपण केवळ माझ्याशी संदेशन करीत आहात, की -?"

"नाही - येथील सर्वांशी आम्ही संपर्क साधून आहोत. सांग!"

"त्या गुहेत आपली एक अविस्मरणीय भेट झाली. या भेटीसंबंधात मी या माझ्या सहकाऱ्यांना काहीकाही सांगत होतो; पण त्यांचा निदान त्यांच्यातील काहींचा आपल्या अस्तित्वावर विश्वासच नाही! आपल्या महान परिक्रमेत व्यत्यय आणण्याचा माझा अजिबात हेतू नव्हता, पण -"

"ते आता विसर, आर्य. आम्ही आता आलो आहोत. आता कोणाच्याही मनात काही किंतू राहण्याचं कारण नाही. ऐका, सर्वजण ऐका. महावीर आर्यने सांगितलेला शब्द अन् शब्द खरा होता. त्याने वर्णन केल्याप्रमाणेच सर्व घटना घडलेल्या आहेत. त्याच्या वर्णनाची सत्यता पटवण्यासाठीच आम्ही इथे हजर झालो आहोत. आता तरी सर्वांचे समाधान झाले असेल, हो ना? मग आम्ही जातो. महावीर आर्य, तुझे पुन्हा एकदा आभार-"

तो चेहरा पाहता पाहता विरून गेला; पण ते शब्द - ते कितीतरी वेळ मनात घुमत होते. मग दूर दूर जाणाऱ्या वादळाचा आवाज हळूहळू कमी व्हावा, तसे ते शब्द हळूहळू विरून गेले. सर्वजण एकदम भानावर आल्यासारखे झाले.

आर्य अजूनही खोलीच्या मध्यभागी उभा होता. आता तो आमच्याकडे वळला, त्याने दोन्ही हात समोर केले आणि तो त्याच्या खुर्चीत येऊन बसला.

आता बोलण्यासारखं काही राहिलंच नव्हतं. माझ्या मनात मात्र क्षणभरात अनेक विचार येऊन गेले. हा मास हॅल्युसिनेशनचा एखादा प्रकार होता का? हा नजरबंदीचा एखादा प्रकार होता का? पण लगोलग वाटलं एवढ्या अमूल्य

अनुभवाची चिरफाड कशासाठी? त्याचा मनसोक्त आस्वादच घ्यावा. आकाशात एखाद्या संध्याकाळी झळाळतं इंद्रधनुष्य दिसलं - पाण्याच्या थेंबातून होणारं दुहेरी अंतर्परावर्तन, वेगवेगळ्या रंगछटांची तरंग लांबी, सूर्याचा कोन, इत्यादी शास्त्रीय विश्लेषणाने त्याचे सौंदर्य का बिघडवायचे? वाऱ्यावर मंद सुगंध येतो, त्याचा आनंद उपभोगण्याऐवजी गंधकणांचे आकार, नासिकेतल्या मज्जातंतूंची रचना, त्यांच्याकडून मेंदूला जाणारे संदेश, अशी त्याची चिरफाड कशासाठी करायची?

खोलीतली बैठक मोडली होती. मंडळी फारसं काही न बोलता आपापल्या वाटेने जात होती. मीही निघालो; पण निघताना आर्यच्या खुर्चीपाशी थांबलो.

"काय म्हणता, जोशी?" वर पाहत त्याने हसत विचारलं.

"आर्य, एक सांगायचं आहे."

"सांगा ना!"

"तुमच्या शब्दांवर माझा प्रथमपासूनच पूर्ण विश्वास होता."

त्याच्या चेहऱ्यावरचं हास्य आणखी मोकळं झालं.

"मला ते सुरुवातीपासूनच समजलं होतं, जोशी," तो म्हणाला.

हात हलवून त्याचा निरोप घेऊन मी बाहेर पडलो.

❐

नारायण धारप यांचे साहित्य

पाठलाग	नारायण धारप	१६०.००
ग्रास	नारायण धारप	१६०.००
महावीर आर्य, विधाता	नारायण धारप	१२०.००
सावधान	नारायण धारप	१६०.००
भुकेली रात्र	नारायण धारप	१२५.००
माणकाचे डोळे	नारायण धारप	१००.००
द्वैत	नारायण धारप	१२०.००
दरवाजे	नारायण धारप	१२०.००
अंधारयात्रा	नारायण धारप	१६०.००
अघटित	नारायण धारप	१४०.००
फ्रँकेस्टाईन	नारायण धारप	२००.००
काळ्या कपारी	नारायण धारप	१६०.००
इक्माई	नारायण धारप	१६०.००
शाडूचा शाप	नारायण धारप	१५०.००
कृष्णचंद्र	नारायण धारप	१६०.००
नवी माणसं	नारायण धारप	१२०.००
अनोळखी दिशा १	नारायण धारप	२५०.००
अनोळखी दिशा २	नारायण धारप	३२५.००
अनोळखी दिशा ३	नारायण धारप	२५०.००
स्वाहा	नारायण धारप	२५०.००
विश्वसम्राट	नारायण धारप	१००.००
काळी जोगिण	नारायण धारप	१५०.००
प्रा. वाईकरांची कथा	नारायण धारप	२२५.००
सीमेपलिकडून	नारायण धारप	२२५.००
चेटकीण	नारायण धारप	२२५.००
अत्रारचा फास	नारायण धारप	२२५.००
एक पापणी लवली आणि इतर कथा	नारायण धारप	१५०.००

नारायण धारप यांचे साहित्य

नवे दैवत	नारायण धारप	१५०.००
४४०, चंदनवाडी	नारायण धारप	२००.००
शपथ	नारायण धारप	२५०.००
ग्रहण	नारायण धारप	२५०.००
महंतांचे प्रस्थान	नारायण धारप	१७५.००
पळती झाडे	नारायण धारप	१७५.००
लुचाई	नारायण धारप	३००.००
देवज्ञा	नारायण धारप	आगामी
संक्रमण	नारायण धारप	आगामी
वासांसी नूतनानि	नारायण धारप	आगामी
बहुरूपी	नारायण धारप	आगामी
कृलवृत्तांत	नारायण धारप	आगामी
नेनचिम	नारायण धारप	आगामी
केशवगढी	नारायण धारप	आगामी
पाठमोरा	नारायण धारप	आगामी
चंद्रविलास	नारायण धारप	आगामी
दिवा मालवू नका	नारायण धारप	आगामी
काळोखी पौर्णिमा	नारायण धारप	आगामी
ऐसी रत्ने मिळवीन	नारायण धारप	आगामी
परीस स्पर्श	नारायण धारप	आगामी
न्यायमंदीर	नारायण धारप	आगामी
शोध	नारायण धारप	आगामी
शिवराम	नारायण धारप	आगामी
चंद्रहास आणि इतर विलक्षण माणसं	नारायण धारप	आगामी